महाराष्ट्रातील लेणी

प्रा. सु. ह. जोशी

निवृत्त प्राध्यापक,

उपसंपादक : भारतीय संस्कृतिकोश, मुलांचा संस्कृतिकोश,

महाराष्ट्रातील एक प्रसिद्ध वक्ते

डायमंड पब्लिकेशन्स

महाराष्ट्रातील लेणी

सु. ह. जोशी
ॐकार, ३२ लक्ष्मी पार्क, नवी पेठ, पुणे ३०
फोन - २४५३०४६०, ९९२२४१९२१०

प्रथम आवृत्ती - नोव्हेंबर २००८

ISBN 978-81-8483-066-8

मुखपृष्ठ :
शाम भालेकर

प्रकाशक :
दत्तात्रेय गं. पाष्टे
डायमंड पब्लिकेशन्स,
१६९१, सदाशिव पेठ, शंकरप्रसाद को. हौ. सो.
तिसरा मजला, टिळक रोड, पुणे ४११०३०.
☎ ०२० - २४४५२३८७

प्रमुख वितरक :
डायमंड बुक डेपो
६६१, नारायण पेठ, अप्पा बळवंत चौक,
पुणे ३०.
☎ ०२० - २४४८०६७७

प्रस्तावना

महाराष्ट्राची वैशिष्ट्ये सांगा, असे कोणी विचारल्यास अनेक वैशिष्ट्ये सांगता येतील, त्यांतील एक महत्त्वाचे वैशिष्ट्य म्हणजे 'लेणी'. ज्याप्रमाणे गड-कोट किल्ल्यांच्या बाबतीत महाराष्ट्र सर्व जगात पुढे आहे, तद्वतच लेण्यांच्या बाबतीतही महाराष्ट्र अग्रेसर आहे. महाराष्ट्रात सुमारे ४०० गड आहेत नि सुमारे १०० लेणी आहेत. प्रत्येक खोली वा विहार वा चैत्यगृह हे स्वतंत्र लेणे धरल्यास हा आकडा ९०० होऊ शकेल. महाराष्ट्राचे हे आगळेपण निश्चितच आनंददायी नि अभिमानास्पद आहे. ही लेणी बहुजनांच्या साहाय्याने खोदलेली आहेत हे त्यांचे एक वैशिष्ट्य नि दुसरे वैशिष्ट्य म्हणजे महाराष्ट्राची धार्मिक सहिष्णुता ! इथली बहुसंख्य प्रजा नि इथले राजे धर्माने बौद्ध नि जैन नसूनही त्यांनी जैन-बौद्ध लेण्यांच्या उभारणीला भरभरून साहाय्य केले हे वैशिष्ट्यपूर्ण आहे, असे प्रख्यात अभ्यासक श्री. स. भा. जोगळेकर म्हणतात.

तर महाराष्ट्राचा हा समृद्ध सांस्कृतिक वारसा सर्वांनी यथाशक्य पाहावा. गड-कोटांकडे खूप जणांचे लक्ष गेलेले आहे, तत्संबंधी बरेचसे वाङ्मयही प्रसिद्ध झालेले आहे. पण लेण्यांकडे कमी जणांचे लक्ष आहे नि वाङ्मयही तसे कमीच आहे. सर्वश्री प्रा. प्र. के. घाणेकर, पांडुरंगराव पाटणकर, आनंदराव पाळंदे, प्रमोदराव मांडे. आदी सर्वांना धन्यवाद. अजंठा, वेरूळ, कार्ले, भाजे, कान्हेरी, घारापुरी ही लेणी प्रसिद्ध आहेत पण अन्यही २५ लेण्यांचा इथे परिचय करून दिलेला आहे. हे पुस्तक घेऊन वा वाचून तिथे गेलो तर ती लेणी समजणे खूप सोपे जाईल. आपणास लेणी पर्यटनाच्या शुभेच्छा ! श्री समर्थ रामदासस्वामींच्या घळींचाही इथे परिचय करून दिला आहे. तर त्यांच्याच शब्दांत, ''नित्य नूतन हिंडावे''...

कृतज्ञता

लेणी, गड, कोट, किल्ले, वनस्पतिशास्त्र, खगोलशास्त्र, इतिहासाचे नि अन्य अनेक विषयांचे अभ्यासक परममित्र प्रा. प्र. के. घाणेकर नि स्नेहल प्रकाशनाचे श्रीमान रवींद्रजी घाटपांडे ह्यांचा अतिशय ऋणी आहे. त्यांच्यामुळे हे पुस्तक लिहिले गेलेले आहे. ह्या दोघांना मी हक्काने विचारतो आणि हे दोघे कंटाळा न करता मला प्रतिसाद देतात. मी जे जे त्यांना विचारले त्याची त्याची छाया या पुस्तकात पडलेली आहे. त्यांच्या मनाच्या मोठेपणाविषयी पुन: पुन: धन्यवाद.

श्री भारतीय संस्कृतिकोश म्हणजे ज्ञानसागर. त्याचा आधार घेतल्याविना पुढे जाताच येत नाही. कै. ती. डॉ. पं. महादेवशास्त्री जोशी, तर्कतीर्थ कै. ती. पद्मजाताई होडारकर ह्यांनी जणू उपकार करून ठेवलेले आहेत. तर श्रीमान शं. मं. तथा भाई होडारकर नि कृषिकोशकार श्री. अशोकराव महादेवशास्त्री जोशी यांनाही पुन: पुन: धन्यवाद!

श्री. हेमंतराव जोशी, सौ. आरती जोशी. ती. आशाकाकू, सौ. वैशाली, चि. संजय, सौ. वंदना, चि. शीतल जोशी तसेच चि. चंद्रशेखर, सौ. शैलजा, चि. आशुतोष, सौ. रूपाली, चि. अनुपम तसेच अधिवक्ता श्रीकांत, अधिवक्ता सौ. स्मिता, चि.स्वाती ह्यांचे आभार.

आता 'उत्पद्यन्ते विलीयन्ते दरिद्राणां मनोरथा:। गरिबांचे मनोरथ सहजासहजी सफळ होणारे नसतात.'

पण डायमंड प्रकाशनने माझे सारे मनोरथ विनासायास पूर्ण केले. गंमत अशी की प्रख्यात इतिहाससंशोधक श्री. य. न. केळकर यांच्या अप्रसिद्ध लेखांच्या पुस्तकाचे काम चालू होते. त्यांच्या एका लेखाच्या मागे योगायोगाने माझा, एक लेण्यावरचा लेख होता. तो योगायोगाने सुनीताताई दांडेकर नि प्रा. शिल्पा कुलकर्णी यांनी पाहिला नि लेण्यांवरील माझ्या पुस्तकाचा पुन: पुन: आग्रह धरला नि आश्चर्य म्हणजे श्रीमान दत्तात्रेय गं. पाष्टे यांनी तुरंत होकार भरला. आम्ही खूप लिहू, संग्रह करू पण ते प्रकाशात येणे सर्वस्वी प्रकाशकांवर अवलंबून असते आणि हा मार्ग किती कठीण आहे हे सर्वश्रुत आहेच. हस्तलिखित वर्ष-वर्षे पडून राहातात. प्रतीक्षाशक्तीवर असह्य ताण पडतो. पण

इथे ताण पडण्याचा प्रश्नच नव्हता. मी मागे लागण्याच्या ऐवजी पाष्टेसाहेबच मागे लागलेले होते. रुग्ण डॉक्टरांची मनधरणी करण्याऐवजी डॉक्टरच रुग्णाची मनधरणी करीत होते. खरेच, श्री समर्थ रामदासस्वामींनी म्हटलेले आहे, 'शिवधर घळीस यावयास भाग्यच पाहिजे.' तसेच मी म्हणेन, श्री. पाष्टेसाहेबांसारखा प्रकाशक लाभण्यास भाग्यच पाहिजे. नाही तर माझ्यासारख्या अप्रसिद्ध व्यक्तीची अशा विषयांवरची पुस्तके कोण प्रकाशित करणार ? मी सदैव त्यांच्या ऋणात राहू इच्छितो.

हे पुस्तक सुंदर करण्यासाठी श्रीमती शिल्पाताई कुलथे, मानसीताई दांडेकर, प्रा. जॉन्सन आणि प्रा. श्री. व सौ. गणेशजी राऊत, डॉ. नीलमताई, ताटके, नीलिमाताई शिकारखाने, वि. ना. होनप, राजेश मांडवकर, लीनाताई, राजश्रीताई, कोमलताई, पुनमताई, शामराव भालेकर, सचिन, विकास, राज, संतोष गायकवाड, रवींद्र, श्री. व सौ. अरुणराव मराठे, सोमनाथ जंजिरे, अमोल पवार, मंगेश मोरे, शशी सरवदे, शिगवण बंधू, डॉ. बाबा मोरेश्वर, अर्चना, मिहिर, सुनील, सुनेत्रा, कल्याणी वझे, घनश्याम पाटील, सौ. वैशाली सर्वांचा अत्यंत आभारी आहे.

सु. ह. जोशी

अनुक्रमणिका

१ लेणी

लेणी म्हणजे डोंगरातील खडक खोदून तयार केलेली गुहागृहे. प्राचीन काळी बौद्ध भिक्षू वर्षावासासाठी म्हणजे पावसाळी निवासासाठी अशा गुहागुहातून राहत. पूर्वी पावसाचे प्रमाण खूप असले पाहिजे. त्यामुळे सदैव संचारी असलेल्या भिक्षूंचा संचार थोड्या काळापुरता बंद असे. पावसाळ्याच्या या काळात ते अशा गुहातून राहात असत. आरंभी या गुहा अनलंकृत असाव्या; परंतु पुढे त्यांमध्ये शिल्पे व मूर्ती खोदण्यात आल्या. तसेच भिंतींवर विविधरंगी चित्रे रेखून त्या सुशोभीतही करण्यात आल्या. अशा प्रकारे आधी ओक्याबोक्या वाटणाऱ्या या गृहांवर ही चित्रांची व शिल्पांची लेणी चढवली गेली. बौद्ध लोक या गुहागृहांना 'लेण' या शब्दाने संबोधित. बहुतेक प्रत्येक लेण्यात, ते लेणे ज्याने खोदविले त्याचा नामनिर्देश असतो. नाशिकजवळच्या पांडवलेण्यात लेण हा शब्द प्रथम आलेला दिसतो. तिथे म्हटले आहे, की 'एतच लेण महादेवी महाराज मातामहाराज पतामही ददाति निकायस महावनीयान भिक्षू संघस.' लेण हा शब्द संस्कृत लयन = गृह या शब्दावरून आला आहे.

लेण्यांना शैलगृहे व शिलामंदिर अशीही अन्य नावे आहेत. सबंध भारतात आज ज्ञात असलेली सुमारे एक सहस्र लेणी असून, त्यांपैकी शंभर लेणी ब्राह्मणी म्हणजे वैदिक व जैन आहेत. उरलेली नऊशे लेणी बौद्धांची आहेत. एकूण लेण्यांपैकी सुमारे नऊशे लेणी महाराष्ट्रात आहेत. कारण लेणी खोदण्यासाठी आवश्यक असणारा एकसंधी व कणखर असा दगड महाराष्ट्रातला सह्याद्री व त्याचा परिसर याव्यतिरिक्त अन्यत्र क्वचितच आढळतो. महाराष्ट्रातच अधिक लेणी खोदली जाण्याची आणखीही अनेक कारणे आहेत. श्री. स. आ. जोगळेकर त्यांचे स्पष्टीकरण करतात, ते असे –

सातवाहन व नंतरच्या कालखंडात हिंदुस्थानचा परदेशांशी चालणारा व्यापार महाराष्ट्राच्या पश्चिम किनाऱ्यावरील बंदरांमार्फत चालत असे व त्यामुळे येथील व्यापाऱ्यांची भरभराट होती, हे याचे आर्थिक कारण. वैजयंतीचा (आधुनिक वनवासी, उत्तर कानडा म्हणजे कारवार जिल्हा) व्यापारी भूतपाल याने कार्ल्याचे लेणे उभारले, असा निर्देश तेथील शिलालेखात करण्यात आला आहे. महाराष्ट्रातील बहुजन समाजाचे सहकार्य हे याचे सामाजिक कारण. महाराष्ट्रातील औद्योगिक संघांनी आणि ठिकठिकाणच्या धनाढ्य कारागिरांनी व सामान्य

नागरिकांनी दिलेल्या देणग्यांचे उल्लेख अनेक लेण्यांतील शिलालेखांत आढळतात. कोणी एका खांबाच्या खोदाईचा खर्च केलेला आहे, तर कोणी पाणपोईचा. सामान्य जनतेने वर्गणी गोळा करून धर्मकृत्ये करण्याची परंपरा महाराष्ट्रात इतकी प्राचीन आहे आणि महाराष्ट्राची धार्मिक सहिष्णुता हे यांचे सांस्कृतिक कारण किंवा आदिकारण. इथली बहुसंख्य प्रजा आणि इथले राजे धर्माने जैन किंवा बौद्ध नसूनही त्यांनी जैन-बौद्ध लेण्यांच्या उभारणीला विरोध तर केला नाहीच; परंतु भरभरून साहाय्य केले.''

महाराष्ट्रात जैन व बौद्ध लेणी सामान्यत: एकाच काळात खोदली गेली. ब्राह्मणी म्हणजे वैदिक लेणी मात्र त्यानंतर बऱ्याच उशिरा निर्माण झाली. बौद्ध

लेण्यांत आढळणारी विविधता जैनलेण्यांत आढळत नाही. त्यांच्या धार्मिक विधींना स्तूपाची किंवा सभागृहांची आवश्यकता नसल्यामुळे त्यांनी बौद्धांप्रमाणे विस्तीर्ण चैत्यगृहे खोदली नाहीत. लेण्यांचे मुख्य वर्ग दोन – ऐहिक व धार्मिक. भारतात ऐहिक लेणी फारच थोडी आहेत. महाराष्ट्रात तर अवघे एकच ऐहिक लेणे आहे व ते म्हणजे नाणेघाटातील सातवाहनांचे देवकुल. देवकुल म्हणणे कीर्तिमंदिर, पूर्वजांच्या प्रतिमांचे मंदिर.

धार्मिक लेण्यांचे वर्ग तीन – बौद्ध, जैन आणि ब्राह्मणी. इतिहास व पुराणे यांत वर्णिलेल्या देवदेवतांच्या व त्यांच्या अवतारकृत्यांच्या प्रतिमा ज्यांत खोदलेल्या आहेत, अशा लेण्यांना अनुलक्षून ब्राह्मणी लेणी म्हटले जाते. ब्राह्मणी लेणी मुख्यत: महाराष्ट्रात घारापुरी व वेरूळ येथे आणि तामिळनाडूमध्ये महाबलिपुरम येथे आहेत. जैन लेणी महाराष्ट्रात वेरूळ येथे व ओडिसात भुवनेश्वरजवळ आहेत. बौद्ध लेणी मात्र बिहार प्रांतात राजगृहाजवळ बराबर टेकड्यांत व नागार्जुनी पर्वतात आहेत, तशीच ती महाराष्ट्रात खूप ठिकाणी आहेत.

कालमानानुसार लेण्यांचे तीन वर्ग कल्पिले आहेत, ते असे – १) इ. सनपूर्व दुसऱ्या शतकापासून इ. स. च्या दुसऱ्या शतकाच्या अखेरीपर्यंत, २) पाचव्या शतकाच्या मध्यापासून सातव्या शतकाच्या मध्यापर्यंत आणि ३) सातव्या शतकाच्या उत्तरार्धापासून दहाव्या शतकाच्या अखेरीपर्यंत.

बौद्ध लेणी हीनयान आणि महायान या दोन्ही पंथांची असून, त्यांच्यातला वेगळेपणा स्पष्टपणे ध्यानी येणारा आहे. अगदी पहिल्या कालखंडात निर्माण झालेली बौद्ध लेणी ही हीनयान पंथाची होत. या लेण्यांत बुद्धमूर्ती आढळत नाहीत; कारण त्या काळात बुद्धाला देवत्व प्राप्त झालेले नव्हते. भाजे, कोंडाणे, पितळखोर, अजंठा (क्र. १०), बेडसे, अजंठा (क्र. ९), नाशिक व कार्ले ही लेणी हीनयान पंथाची असून, ती याच क्रमाने खोदण्यात आली असावीत, असा श्री. स. आ. जोगळेकर यांचा अंदाज आहे.

महायान पंथांचे व शिल्पपद्धतीचे प्रभुत्व असलेली लेणी मुख्यत्वे अजंठा, वेरूळ, औरंगाबाद इ. ठिकाणी आहेत. बौद्ध लेण्यांत सामान्यत: चैत्य आणि विहार हे दोन प्रकार दिसून येतात. चैत्य म्हणजे बौद्ध भिक्षूंचे प्रार्थनामंदिर व विहार म्हणजे त्यांचे निवासस्थान. चैत्यगृहात बुद्धाच्या अवशेषांवर उभारलेला स्तूप किंवा बुद्धाच्या दंतादी अवयवांवर उभारलेला दागोबा असतो.

काही चैत्यगृहांतून स्तूप अथवा दागोबा यांच्याऐवजी बुद्धाच्या मूर्ती आहेत. या मूर्ती बुद्धाला देवत्व प्राप्त होऊन त्याची पूजाअर्चा सुरू झाली, त्या काळातील

आहेत. चैत्यगृहात चालणाऱ्या पूजापाठाचे वर्णन पर्सी ब्राऊन यांनी केले आहे.

विहार म्हणजे आश्रम किंवा मठ. विहाराच्या मध्यभागी एक चौक व भोवताली खोल्या अशी रचना असते. काही विहार अगदी साधे असतात. त्यांत चौक न ठेवता ओळीने चार-पाच खोल्या खोदून काढलेल्या असतात.

लेणी ही जरी प्राधान्याने बौद्ध भिक्षूंच्या निवासासाठी आणि त्यांच्या पूजा-प्रार्थनेसाठी खोदलेली असली, तरी ती जास्तीत जास्त देखणी व्हावीत, आपल्या शिल्पकलेचे सर्वोच्च वैशिष्ट्य त्यांत व्यक्त व्हावे, हा हेतू अंतरात बाळगूनच त्यांच्या निर्मात्यांनी आपली छिन्नी चालवली. एकेक खांब, एकेक कमान, एकेक मूर्ती अशा कलाकुसरीने व उठावदारपणाने त्यांनी निर्मिली, की त्यांच्या कौतुकाला शब्द अपुरे पडावे. दगडाच्या भिंतींतून केवळ मूर्ती खोदून व कोरूनच या कलावंतांचे जेव्हा समाधान झाले नाही, तेव्हा त्यांनी त्या भिंतीवर इतिहास-पुराणांतले प्रसंग रेखाटण्यास व रंगवण्यास सुरुवात केली. ही चित्रेही त्यांनी अशी सजीवपणे रेखाटली, की त्यांतली माणसे पटकन उठून आपल्याशी संभाषण करू लागतील असे वाटावे. या चित्रांचे रंग तर आजही त्या काळाइतकेच ताजे आणि टवटवीत आहेत.

चालू शतकात महाराष्ट्रात अनेक नवीन लेणी सापडली आहेत. ती लेणी लहान व साधी असली तरी, प्राचीन काळातील व्यापारी मार्ग निश्चित करण्यासाठी त्यांचा बराच उपयोग होतो. कारण व्यापारीमार्गावर विसावा घेण्यासाठी जागोजागी अशी शिलागृहे निर्माण करण्यात आली होती.

लेण्यांवरून व त्यांतील लेखांवरून त्या - त्या प्रदेशाचा राजकीय, सामाजिक, धार्मिक, आर्थिक व सांस्कृतिक इतिहास आपल्याला ज्ञात होतो, हे लेण्यांचे मोठे देणे आहे. भारतातील स्थापत्यकलेची उत्क्रांती कसकशी होत गेली, हेही या लेण्यांवरून आपल्याला कळून येते. त्या त्या काळच्या वस्त्रप्रावरणाच्या आणि अलंकारांच्या पद्धती या लेण्यांतील मूर्तींवरून व चित्रांवरूनच समजून येतात. तात्पर्य, लेणी ही केवळ शिल्पसौंदर्याच्या दृष्टीनेच नव्हे; तर अनेक दृष्टींनी भारताची लेणी (अलंकरणे) ठरली आहेत, यात शंका नाही. (सह्याद्री- स. आ. जोगळेकर; संशोधन मुक्तावली सर २ रा; मुसलमानपूर्व महाराष्ट्र २. मुसलमानपूर्व महाराष्ट्र २ - वा. कृ. भावे.)

❑❑

२ लेण्यांचे वैशिष्ट्य आणि वैभव

अवघ्या हिंदुस्थानात हजार-बाराशे लेणी तर सहज असतील. त्यापैकी ऐंशी ते नव्वद टक्के लेणी आपल्या महाराष्ट्रात आहेत. अजंठा-वेरूळ-घारापुरी-कार्ले-भाजे-बेडसे हे लेणीकलेतील मानदंड आहेत.

कणखर कातळ नि अभंग-एकसंध असा हा फत्तर लेणी खोदण्यास उत्कृष्ट ठरला. पश्चिम हिंदुस्थानचा समृद्ध व्यापार युरोप खंडाशी होत होता. तेथील सोने-चांदी-कोरीव कामाचे नमुने आदी गोष्टी महाराष्ट्राला अन् पर्यायाने हिंदुस्थानला ऐश्वर्यसंपन्न बनवीत होत्या.

स्वतंत्र-प्रबळ नि संपन्न अशा राजवटींमध्ये धनिक व वणिक मंडळींनीही अशी लेणी खोदण्यास अर्थसहाय्य उपलब्ध केले होते. मौर्यांच्या साम्राज्याचे अध:पतन सुरू झाले, तेव्हा सातवाहन ही कर्तुमअकर्तुम सत्ता बनण्याच्या मार्गावर असणारी राजकीय शक्ती बनू पाहत होती.

लेण्यांच्या निर्मितीत बौद्ध धर्मीयांचा अतिशय महत्त्वाचा वाटा असला, तरीही जैन व ब्राह्मणी पद्धतीच्या लेणीनिर्मितीमधील समाजाचाही महत्त्वाचा सहभाग डावलता येत नाही. म्हणूनच लेणी हा वास्तू नि शिल्पप्रकार महाराष्ट्राच्या संस्कृतीशी, सामाजिक जीवनाशी अन् शिल्पवैभवाशी संबंधित आहे. तो एक अमोल सांस्कृतिक ठेवा आहे. (प्रा. प्र. के. घाणेकर)

❑❑

३ भारतीय लेणीकलेचा आरंभ

बिहार प्रांतातील गया जिल्ह्यात बराबर अन् नागार्जुनी पर्वतात राजगृहाशेजारी (राजगीरजवळ) हिंदुस्थानातील सर्वांत प्राचीन लेणी आहेत. ख्रिस्तपूर्व तिसऱ्या शतकाच्या उत्तरार्धात त्यांची निर्मिती झाली, असे तज्ज्ञांचे मत आहे.

सुदाम व लोमश या नावाने ओळखली जाणारी यामधील लेणी अधिक प्रसिद्ध व महत्त्वाची मानली जातात. सुदाम लेण्यालाच न्यग्रोध लेणे असेही नाव आहे. या गोल आकाराच्या लेण्यात पुढे अशोकाने शिलालेख खोदवून घेतले. तेव्हा त्याच्या राजवटीचे बारावे वर्ष चालू होते. हे लेणे त्याने आजीवक पंथाला अर्पण केले होते.

लोमश लेणे हा मौर्य वास्तुकलेतील एक देखणा आविष्कार मानला जातो. या लेण्याच्या दर्शनी कमानीचा आकार स्तूपासारखा आहे.

डोंगरात खडक खोदून तयार केलेली गुहागृहे वा शैलगृहे वा शिलांमदिरे म्हणजे लेणी होत. प्राचीन काळी वैदिक, जैन, बौद्ध भिक्षू वर्षावासासाठी अशा गुहागृहांतून राहत. प्रथम ती अनलंकृत होती पण नंतर विविध चित्रे आदींनी ती सुशोभीत करण्यात आली. लेणे म्हणजे लयन म्हणजे गृह ! हा शब्द सर्वप्रथम नाशिकच्या पांडवलेण्यात आलेला आहे. भारतात एक सहस्र लेणी आहेत नि आपले भाग्य असे की त्यांतील नऊशे महाराष्ट्रात आहेत. बहुसंख्य लेणी ही बौद्ध आहेत. ही लेणी दोन हजार वर्षांपूर्वीची नि अतिशय सुंदर आहेत. कार्ले, भाजे - बेडसे, जोगेश्वरी, कान्हेरी, कुडा, घटोत्कच, औरंगाबाद, अजंठा-वेरूळ आदी लेणी पाहिलीच पाहिजेत. आपला अमोल ठेवा आहे हा ! लेण्यांवरून खूप गोष्टी कळतात.

❑❑

४ महाराष्ट्रातील लेण्यांचे वर्गीकरण

गट	जागा
लोणावळे	कार्ले, कोंडाणे, बेडसे, भाजे, शेलारवाडी इ.
जुन्नर	जुन्नर, नाणेघाट, पुलू सोनाळे, हरिश्चंद्रगड इ.
मुंबई	कान्हेरी, कोंदिवटे, घारापुरी, जोगेश्वरी, मंडपेश्वर, लोनाड इ.
नाशिक	अंकाई-टंकाई, चांभारलेणी, पांडवलेणी इ.
देवगिरी	अजंठा, संभाजीनगर / औरंगाबाद / खडकी, घटोत्कच, पायण, पितळखोरे, वेरूळ, अंबेजोगाई इ.
कुन्तल / कऱ्हाड	कऱ्हाड, कुंडल, पोहाळेलेणी, पन्हाळा किल्ला, लोहारी, शिरवळ इ.
अपरान्त / कोकण	करसंबळे (खडसांबळे), कुडे-मांदाड, खेड, चिपळूण, चौल, नाडसूर (ठाणाळे), महाड (पाले), वाडा-विमलेश्वर, पन्हाळे लेणी इ.
इतर	माहूर, धाराशिव, खरोसा, पुणे शहरातील लेणी इ.

(आधार प्र. के. घाणेकर, लेणी महाराष्ट्राची, स्नेहल प्रकाशन, रवींद्रजी घाटपांडे,
सह्याद्री - स. आ. जोगळेकर)

❑❑

५ जैन लेणी

प्रारंभी जैन मुनी नैसर्गिक गुहांमध्ये एकांतवास करीत. पण पुढे त्यांच्यासाठी पहाड खोदून गुहा निर्माण करण्याची प्रथा सुरू झाली. बराबर व नागार्जुन येथील पर्वतांतल्या जैन गुहा सर्वांत प्राचीन व प्रसिद्ध आहेत. त्या सनपूर्व तिसऱ्या शतकात निर्माण झालेल्या आहेत. त्यानंतर सनपूर्व २ ऱ्या शतकात निर्माण झालेल्या उदयगिरीवरील राणीगुंफा विशेष प्रसिद्ध आहेत. तिथे सापडलेल्या खारवेलाच्या शिलालेखांमुळे जैन संस्कृतीच्या इतिहासात या गुहांना फार महत्त्वाचे स्थान मिळाले आहे.

अशा प्रकारची अनेक जैन लेणी राजगिरी, कौशांबी, प्रयाग, गिरनार, मध्य प्रदेशातील उदयगिरी, द. भारतातील चंद्रगिरी, धाराशिव, नाशिक, तेरापूर, सित्तन्नवासल, बदामी, ऐहोळ, वेरूळ, अंकाई-तंकाई, इ. ठिकाणी आढळतात. त्यांपैकी वेरूळ येथील इंद्रसभा व जगन्नाथसभा या लेण्यांमध्ये जैन शिल्पकलेचे उत्कृष्ट नमुने पाहायला मिळतात. लेणी निर्माण करण्याची परंपरा त्यानंतर खंडित झाली असली, तरी इ. स. च्या १५ व्या शतकातही ग्वाल्हेरच्या पर्वतराजीत अनेक जैनगुंफा निर्माण झाल्या. त्या गुंफा प्राचीन गुंफांप्रमाणे कलापूर्ण नाहीत; पण आकाराने विशाल असून, त्यांमध्ये प्रचंड जिनप्रतिमा उभ्या आहेत. सबंध भारतात निनिराळ्या प्रकारच्या सुमारे २०० जैन गुंफा खोदलेल्या आहेत, असे अनुमान संशोधकांनी केले आहे.

मंदिरशिल्प – जैन कलाकारांनी खडकांत खोदलेली लेणी ही जैन मंदिरेच होत. मात्र स्वतंत्रपणे मंदिरे बांधण्याची प्रथा तितकी प्राचीन नाही. लोहानीपूर येथे एका लहानशा मंदिराचा पाया उत्खननात सापडला आहे. त्याच्या विटा मौर्यकालीन आहेत. पण सांप्रत बऱ्या अवस्थेत उभे असलेले ऐहोळचे मेघुटी मंदिर हेच सर्वात जुने जैन मंदिर मानले जाते. हे इ. स. ६३४ च्या सुमारास बांधले गेले, असे तिथल्या शिलालेखावरून कळते. त्याची रचना द्राविड शैलीची असली, तरी तिच्यात गुप्त शैलीचे विकसित स्वरूपही काही अंशी पाहायला मिळते. पट्टदकल येथील जैनमंदिर स्पष्टपणे द्राविड शैलीचे आहे. अशा प्रकारची अनेक जैन मंदिरे द. भारतात आढळतात.

❑❑

६ विहार

विहार म्हणजे बौद्ध भिक्षूंचे निवासस्थान होय. बौद्ध धर्माच्या उदयकाली काही भिक्षू मनुष्यवस्तीपासून दूर अरण्यात लहानशी झोपडी बांधून राहत असत. अशा निवासस्थानाला सुत्तनिपातात विहार म्हटले आहे. बौद्ध संघाचा विस्तार झाल्यानंतर अनेक भिक्षू वर्षावासाच्या काळात एकत्र राहू लागले. मग त्यांच्या मठालाही विहार हे नाव मिळाले. पाली साहित्यात आराम हा शब्द त्याच अर्थी वापरलेला आढळतो. बौद्ध संघातील भिक्षूंच्या वास्तव्यामुळे त्याला संघाराम असेही म्हणत. अशा विहारात अनेक खोल्या ओळीने खोदलेल्या असून, प्रत्येक खोलीत एका भिक्षूसाठी दगडी बाकही असे. सर्व खोल्यांना जोडणारी पडवी असे किंवा एका दालनाच्या तिन्ही बाजूंना खोल्या असत. कालांतराने नालंदा विद्यापीठातील प्राध्यापकांच्या वसतिगृहालाही विहार म्हणू लागले.

बुद्धांच्या काळीदेखील असे विहार अस्तित्वात होते, असे महावग्गावरून कळते. मगधाधिपती बिंबिसार याने आपला वेळुवनविहार बौद्ध संघाला दान दिला होता (महावग्ग १.२२.१८).

बौद्ध भिक्षूंनी धर्मप्रचारार्थ पर्यटन करावे अशी अपेक्षा होती. वर्षाकाळातील तीन महिने मात्र त्यांनी एका जागी, एकत्र वास करावा, असे ठरवण्यात आले. त्या काळात ते भिक्षा मागण्यासाठी जवळपासच्या गावात जाऊ शकत. इतर सोयी मात्र त्यांना इथेच उपलब्ध असत. प्रथम भिक्षू केवळ वर्षावासासाठीच विहारात राहत होते. त्या सामूहिक जीवनाची सवय झाल्यामुळे कालांतराने ते वर्षातील बरेच महिने विहारांत घालवू लागले. कित्येक भिक्षू तर विहारांत स्थायिक राहूनच संघाचे कार्य करू लागले. त्यामुळे विहारांचा खूप विस्तार झाला. त्यांचा आकार वाढला व संख्याही वाढली. भारतात सर्वत्र बौद्ध लेणी आढळतात. त्यांत चैत्यगृहे म्हणजे प्रार्थनेसाठी सभागृहे असतात आणि विहार म्हणजे भिक्षूंची निवासस्थानेही असतात. काही ठिकाणी उंच डोंगरावर अनेकमजली विहार खोदलेले आढळतात.

कालांतराने या विहारांचे शिक्षणकेंद्रात रूपांतर झालेले दिसते. केवळ धर्माचरण व साधना करून भागत नाही; ज्ञानही प्राप्त केले पाहिजे, अशी जाणीव कित्येक भिक्षूंना झाल्यामुळे ते स्वत: ज्ञानप्राप्तीसाठी प्रयत्न करू लागले आणि स्वत:ला मिळालेले ज्ञान आपल्या शिष्यांनाही देऊ लागले. प्रथम त्यांनी बौद्ध धर्माचा व तत्त्वज्ञानाचा अभ्यास केला. त्यानंतर वेदवेदांगे, दर्शने, विद्या व कला

यांचे अध्ययन-अध्यापनही अशा विद्यापीठांत सुरू केले. हजारो विद्यार्थी तिथे विद्याभ्यासासाठी येऊ लागले. त्यांच्यासाठी मोठी ग्रंथालये निर्माण करण्यात आली. हे रूपांतर हळूहळू पण निश्चितपणे होत राहिले. चिनी प्रवाशांनी अशा विद्यापीठांची जी वर्णने लिहून ठेवली आहेत, त्यावरून तिथे थोर, ज्ञानी अध्यापक आणि ज्ञानप्राप्तीसाठी अपार कष्ट करणारे विद्यार्थी होते, हे समजते.

द. भारतात बौद्ध धर्माचा प्रसार होऊ लागला, तेव्हा भिक्षूंना रानावनात हिंडताना अनेक चांगली आणि मठवासी जीवनाला योग्य अशी ठिकाणे आढळली. तिथे त्यांनी कडेकपारी खोदून अनेक लहानमोठी लेणी निर्माण केली. त्यासाठी त्यांना उदार दात्यांकडून पुष्कळ द्रव्य मिळाले. मध्यभागी एक दालन, त्याच्या तिन्ही बाजूंना लहानलहान खोल्या आणि चौथ्या म्हणजे दर्शनी भागात स्तंभयुक्त पडवी, अशी रचना नंतरच्या विहारांत आढळते. भाजे येथील लेणी सर्वात प्राचीन आहेत. बेडसे, अजंठा (क्र. १२ व १३), कोंडाणे, पितळखोरे व नाशिक येथील काही विहार सनपूर्व काळातलेच आहेत. नाशिक येथे इ. स. च्या दुसऱ्या शतकात जे विहार खोदले गेले, त्यांच्या दर्शनी भागात स्तंभयुक्त आगाशी असल्यामुळे ते प्रेक्षणीय झाले आहेत.

विहारचर्या - भिक्षू व भिक्षुणी यांचे विहारांतील जीवन शिस्तबद्ध असे. त्यासाठी निश्चित केलेले नियम विनयपिटकात दिलेले आहेत. प्रात:काळी लवकर उठून भिक्षूंनी ध्यानधारणा करणे आवश्यक होते. चैत्यगृहे स्वच्छ ठेवणे, त्यांची दुरुस्ती करणे, त्यांना रंग देणे ही कामेही भिक्षूंना करावी लागत.

सायंकाळी सर्व भिक्षू एकत्र बसून सुत्तपठण करीत. त्यानंतर तरुण भिक्षूंसमोर थोरांचे म्हणजे वयोवृद्ध भिक्षूचे प्रवचन होत असे आणि मग धर्मविषयक प्रश्नांची चर्चाही होत असे. रात्री निजण्यापूर्वी पुन्हा ध्यानधारणा करणे, हा दिनचर्येचा एक भाग होता. विहारांतील सर्व कामकाजाच्या व्यवस्थेसाठी निरनिराळे अधिकारी नेमलेले असत. ते भिक्षूंमधूनच निवडलेले असत.

विहारातील बौद्ध मठात भिक्षूंप्रमाणे भिक्षुणीही वर्षावास करीत. त्यांच्यावर भिक्षूंपेक्षा अधिक निर्बंध होते. स्त्रिया म्हणून त्यांना कोणत्याही सवलती मिळत नव्हत्या. त्यांनी दुपारी ध्यान करावे व नंतर अध्ययन, अध्यापन, भिक्षा मागणे, इ. कामे करावी अशी पद्धत सर्व विहारांत प्रचलित होती. (विदर्भ संशोधन मंडळ १९५८; अजयमित्र शास्त्री भारतीय संस्कृतिकोश; सह्याद्री - स. आ. जोगळेकर)

❑❑

७ चैत्यगृह

हा एक शिल्पप्रकार. चिता किंवा चिती या संस्कृत शब्दापासून चैत्य हा शब्द बनला आहे.

वैदिक युगात सत्पुरुषांचे दहन केल्यानंतर त्यांची रक्षा, अस्थी, वगैरे अवशेष पुरून ठेवीत व त्यावर वेदी किंवा चबुतरा बांधीत. या स्मारकालाच चैत्य असे नाव होते. ती प्रथा पुढे बौद्ध व जैन यांनीही स्वीकारली. पुढच्या काळात मृताचे स्मरण करण्यासाठी केवळ चबुतरा न बांधता त्यावर घुमटाकृती शिल्पकामही करू लागले. त्याला स्तूप असे नाव मिळाले. चैत्य ही धार्मिक संज्ञा असून, स्तूप ही शिल्पशास्त्रातली संज्ञा आहे. पूर्वी दोन्ही शब्दांचा अर्थ एकच होता.

ब्रह्मांड पुराणात ब्रह्मालाच चिती म्हटले आहे. त्यावरून चैत्य म्हणजे ब्रह्माचे मंदिर असा अर्थ रूढ झाला. ब्रह्माची वृक्षरूपाने पूजा केली जात असे, म्हणून चैत्य या शब्दाला पवित्र वृक्ष हा अर्थ प्राप्त झाला. महाभारतात देवालय व पूज्य वृक्ष या दोन्ही अर्थांनी हा शब्द वापरलेला आढळतो.

जैन साहित्यात चैत्यवृक्ष याचा अर्थ व तपशील पुढीलप्रमाणे दिला आहे.

ज्या पार बांधलेल्या वृक्षाखाली बसले असता तीर्थंकरांना केवलज्ञान उत्पन्न झाले, त्या वृक्षांना चैत्यवृक्ष म्हणावे. वट, सातीवण, साल, सरल, इ. तीर्थकरांचे चैत्यवृक्ष आहेत. अश्वत्थ सातीवण, शाल्मली हे भावनपतींचे चैत्यवृक्ष होत. पिशाचाचा कळंब, यक्षांचा बड, भूतांचा तुळसी, राक्षसाचा कंडा, किन्नरीचा अशोक, किंपुरुषाचा चंपक, तुरंगांचा नाग व गंधर्वाचा टेंभुर्णी हे चैत्यवृक्ष मानलेले आहेत. (अभि. रा.)

जैन यतींच्या चितास्थानावर चैत्य स्तूप उभारण्याची चाल होती. औपपातिक सूत्रात पूर्णभद्र नामक चैत्याचे वर्णन करताना म्हटले आहे, की तो चैत्य अतिप्राचीन व सुविख्यात असून छत्र, घंटा, ध्वजा व पताका यांनी सुशोभीत केलेला होता. अनेक लोक त्याची पूजा करीत.

निवासस्थान या अर्थानेही चैत्य शब्द जैन साहित्यात वापरलेला आढळतो. भगवान महावीर द्विपालसा नामक चैत्यात वास करीत होता, असे सांगितले आहे.

बौद्ध लेण्यांमध्ये ज्या दालनात स्तूप असतो, त्याला चैत्यगृह म्हणतात. हीनयान पंथाच्या लोकांनी सनपूर्व दुसऱ्या शतकापासून पहाड खोदून विहार व

चैत्यगृहे निर्माण करण्यास प्रारंभ केला. सनपूर्व २०० ते इ. स. २०० या काळातली अशा प्रकारची अनेक बौद्ध लेणी पश्चिम भारतात भाजे, कोंडाणे, पितळखोरे, जुन्नर, भेडसे, अजंठा (क्र. ९ व १०), नाशिक, कार्ले व कान्हेरी या ठिकाणी आहेत. या लेण्यांतील प्रार्थनामंदिरे किंवा चैत्यगृहे म्हणजे विस्तीर्ण दालने आहेत. त्यांच्या दर्शनी भागात भव्य कमानी खोदलेल्या आहेत. स्तंभांच्या दोन रांगांमुळे अशा दालनांचे तीन विभाग झालेले असतात. मागील भाग गर्भगृहासारखा लहान व अर्धघुमटाकृती असतो. त्याच्या मध्यभागी स्तूप असतो आणि तोही खडक खोदूनच बनवलेला असतो. वरचे छत कमानदार असते. या चैत्यगृहांची रचना इतकी सुबद्ध व सुरेख आहे, की त्यांचे निर्माते हे अत्यंत कुशल शिल्पकार असले पाहिजेत. वरील प्राचीन चैत्यगृहांची आतील बाजू लाकूडकामाने मढवलेली असे. त्याचे काही भाग अजूनही तिथे आढळतात.

चैत्यगृहाच्या दर्शनी भागात ज्या भव्य कमानी दिसतात, त्यांची मूळ कल्पना बराबर टेकडीवरील लोभश ऋषीच्या गुहेच्या प्रवेशद्वारावरून सुचलेली असावी. अशा प्रकारची कमान बहुतेक सर्व बौद्ध लेण्यांत आढळते. चैत्यगृहाशी संबध असल्यामुळे तिला चैत्यकमान हे नाव मिळाले आहे. हिला सूर्यगवाक्ष असेही म्हणतात. कारण तिची रचना अशा कौशल्याने केलेली असते, की तिच्यातून आत प्रवेश करणाऱ्या सूर्यकिरणांनी संपूर्ण चैत्यगृह उजळून निघावे.

हीनयान पंथाच्या शिल्पकामात नक्षीकाम कमी होते व बुद्धाच्या मूर्ती तर मुळीच नव्हत्या. पुढे महायान पंथाच्या बौद्धांनी प्राचीन लेण्यांतील चैत्यगृहात कोरीव काम करायला सुरुवात केली. बुद्धाच्या मूर्तीही त्यांनीच नंतर निर्माण केल्या. (महाराष्ट्रीय ज्ञानकोश; इंडियन आर्किटेक्चर – ओ. सी. गांगुली; भारतीय संस्कृति में जैन धर्मका योगदान – हिरालाल जैन; इंडियन आर्किटेक्चर (बुद्धिस्ट अँड हिंदू) – पर्सी ब्राउन, क. ब्र.; जे. एन्. बा. व्हॉ.) जैन भक्तिकाव्यकी पृष्ठभूमी – प्रेमसागर जैन, The Cult of Brahma - Tarapada Bhattacharya J. N. Banerjee Volume - Calcutta University .

❑❑

८ अंकाई लेणी

दौंड-मनमाड लोहमार्गावर येवल्याच्या उत्तरेला साडेनऊ कि. मी. अंतरावर अंकाई स्टेशन आहे. स्टेशनशेजारी अंकाई-टंकाई हे जोडकिल्ले आहेत. नाशिक जिल्ह्यात अत्यंत मजबूत गड म्हणून हा गड ओळखला जातो.

गडाला अंकाई गावामधूनच रस्ता जातो. मार्गात अलंकृत लेणी आहेत. सात जैन गुंफा आहेत. तेथील खोदकाम अप्रतिम आहे. मध्यभागी पद्मासनस्थ जैनमूर्ती आहे. दरवाजावर देवाची नक्षी आहे. आत वेदींचे स्थान आहे. आसन रिकामे आहे. बाहेर पाण्याचे कुंड आहे.

गृहा क्र. १ दुमजली आहे. खांबाखाली द्वारपाल उभे केलेले आहेत.

गुहा क्र. २ सुद्धा दुमजली आहे. खालच्या मजल्यात अंगण २६' x १२' आकाराचे आहे. हत्तीवरील इंद्र-इंद्राणी येथे आहेत. मागे एक खोली (२५ चौरस फूट) तीतच वेदीची खोली (१३ चौरस फूट) आहे. दरवाजावर एक लहानशी जैन तीर्थंकराची कोरीव मूर्ती आहे. येथे एका मूर्तीचे आसन आहे. वरच्या मजल्यावर २० चौरस फुटांची खोली आहे. आत चार खांब आहेत. आत मूर्ती नाही, मूर्तीचे आसन आहे. शेष गुंफा रिकामी आहे.

गुंफा क्र. ३ - गुंफेपुढील खोली २५ फूट ९ फूट आकाराची आहे. येथे इंद्र-इंद्राणी आहेत. मागील भिंतीवर दिगंबर जैन मूर्ती आहेत. उजवीकडे श्रीशांतिनाथ भगवंतांची मूर्ती आहे. मृगचिन्ह आहे. बाजूला पार्श्वनाथभगवंताची मूर्ती आहे. ही गुंफा १२ व्या वा १३ व्या शतकातली आहे.

गुंफा क्र. ४ - या गुहेच्या पटांगणासमोर दोन मोठे चौकोनी खांब आहेत. प्रत्येक खांब आहे तीस फूट उंचीचा. खोली आहे १८ फूट x २४ फूट आकाराची. डाव्या खांबावर एक लेख आहे, पण तो आता वाचता येत नाही. मात्र लिपीवरून काळ ठरविता येईल. १२ वे वा १३ वे शतक. याव्यतिरिक्त येथे दोन मंदिरे दिसतात. दरवाज्यावर कोरीव असे पद्मासनस्थ तीर्थंकर दिसतात. येथील रमणीयता वैशिष्टपूर्ण आहे.

पाचव्या गुहेमधील दालनात दोन मूर्ती आहेत. एक खंडित आहे. आत वेदीवर पद्मासनस्थ दिगंबर जैनमूर्ती, अडीच फूट उंचीची अखंडित नि सुंदर आहे. बाजूला पद्मासनस्थ मूर्ती दीड हाताची आहे. पण वेदी रिकामी आहे.

सहाव्या गुंफेतील येथील दालनात पाच मूर्तींचा समूह आहे. याच्या मध्यभागी एक हात उंचीची दिगंबर जैनमूर्ती आहे. तोवरील लेख 'सिल प्रगल प्रठामति नित्य' असा आहे. दरवाज्यावर प्रतिमा आहे. जवळच कित्येक खंडित प्रतिमा आहेत. पार्श्वनाथांची मूर्ती नऊ हात उंचीची आहे.

गुंफा क्रमांक ७ नि ८ या रिकाम्या आहेत. खाली पंचवीस पायऱ्या उतरल्या की ९ आणि १० या गुंफा लागतात. यांचे शिल्प फार श्रेष्ठ दर्जाचे आहे. बाहेर पाषाणाचे कुंड आहे. या सर्व गुंफा मोठ्या आहेत.

लेणी मागे टाकली की गडावर जाण्यास खडकातून खोदलेल्या पायऱ्या आहेत.

अंकाईच्या किल्ल्यात तीन वैदिक लेणी आहेत. पहिले लेणे किल्ल्याच्या चढणीवर दुसऱ्या दरवाज्याच्या आतील बाजूस आहे. त्यात महादेवाची पिंड आहे व काही आकृत्या कोरलेल्या आहेत. दुसरी दोन लेणी माथ्यावर आहेत. या दोन्ही लेण्यांत फारसे विशेष कोरीव काम नाही.

अप्रतिम जैन लेणी

टंकाई टेकडीच्या दक्षिणेकडील उतारावर अंकाई गावाच्या बाजूस तोंड असलेली जैन लेणी आहेत. ही लेणी टंकाई किल्ल्याचे भूषण आहे. या लेण्यातील शिल्पवैभव अप्रतिम आहे. येथे एकूण सात लेणी आहेत. आकाराने ही लेणी लहान आहेत पण शिल्पकलेच्या दृष्टीने अद्वितीय आहेत. आज या लेण्यातील बऱ्याचशा आकृत्या छिन्न-भिन्न झाल्या आहेत. बऱ्याचशा शिल्पकलेची मोडतोड झाली आहे. ही मोडतोड शहाजहानचा सेनापती खान इ. खनान याने केली. तरीही या लेण्या कशाबशा तग धरून आहेत.

या लेण्यांपैकी पहिले लेणे दुमजली असून तळमजल्यावर बरेचसे शिल्पकाम आहे. त्या मानाने वरचा मजला साधा आहे. दुसरेही लेणे दुमजली आहे. या लेण्याचे वैशिष्ट्य म्हणजे पहिल्या लेण्याप्रमाणे या लेण्याचा पुढचा भाग मोकळा नसून बंद आहे आणि मध्ये एक-एक दरवाजा आहे. पहिल्या आणि दुसऱ्या लेणीचे प्रवेशद्वार हे उत्कृष्ट शिल्पकलेचा नमुना आहे. या लेण्यातील मध्यवर्ती खांब शिल्पकलेने ओथंबलेले आहेत. पहिल्या लेण्याच्या छतावर वाटोळ्या आकाराचे मोठे कमळ काढले आहे. दुसऱ्या लेण्यात वरच्या मजल्यावर दाराजवळ दोन्ही बाजूस पूर्ण आकाराचे सिंहाचे पुतळे आहेत. पश्चिम हिंदुस्थानात अशा प्रकारचे शिल्प कोणत्याच लेणीत आढळत नाही ते तेथे आढळते. सिंह हे जैन धर्माचे शेवटचे तीर्थंकर भगवान महावीर यांचे लांछन आहे. तेव्हा हे लेणे भगवान

महावीरांसाठी खोदण्यात आले असावे किंवा यात भ. महावीरांची प्रतिमा असावी असे वाटते. (महाराष्ट्रातील उपेक्षित दुर्गांचा इतिहास – प्रा. डॉ. जी. बी. शहा)

तिसऱ्या लेणीतील मध्यभागातील खांब आणि त्याच्यावरची नक्षीही पहिल्या लेणीतील खांबावर असलेल्या नक्षीसारखीच आहे. छतावर मात्र तीन ऐवजी चार पाकळ्यांचे कमळ कोरलेले आहे. आतील बाजूला नृत्य करीत असलेल्या अप्सरा कोरलेल्या आहेत. चौथ्या लेण्यामध्ये पुढे एक मोकळे दालन असून त्याच्या आत दुसरे दालन आहे. या लेणीमध्ये अकराव्या किंवा बाराव्या शतकातील लिहिलेला अस्पष्ट शिलालेख आहे. यावरून आपण असे म्हणू शकतो की, ही लेणी दहाव्या किंवा अकराव्या शतकात खोदल्या गेल्या असाव्यात.

विस्मृतीत गेलेल्या भामेरच्या किल्ल्यातील जैन व बौद्ध लेणी

स. आ. जोगळेकर यांच्या 'सह्याद्री' या पुस्तकात भामेरच्या किल्ल्यात १३ लेण्या असल्याचा उल्लेख आहे. पण त्यापैकी जैनांच्या किती व बौद्धांच्या किती याचा त्यांनी काही उल्लेख केलेला नाही. धुळे गॅझेटिअरमध्ये या किल्ल्यात जैन व बौद्ध लेणी असल्याचा स्पष्ट उल्लेख आहे. पण या लेणी कोणत्या शतकात किंवा कोणत्या राजाच्या कारकिर्दीत बांधल्या गेल्या याचा काहीच उल्लेख नाही. धुळे गॅझेटिअरमध्ये जैन लेण्यासंबंधी म्हटले आहे की, या लेण्यांत श्री पार्श्वनाथ, श्री गोमटेश्वर यांच्या मूर्ती कोरलेल्या आहेत. आणि त्यांची रचना नाशिक येथील चामर लेण्याप्रमाणेच आहे. नाशिकच्या चामर लेणी खोदण्याचा कालखंड हा ११ वे शतक मानतात. या लेण्यातील मूर्तींची रचना जर चांमार लेण्याप्रमाणेच आहे, तर या लेण्यांचाही कालखंड हा त्या दरम्यानचाच असावा असे वाटते.

❑❑

९ अगाशिव लेणी

सातारा जिल्ह्यातील तालुक्याचे ठिकाण जे कऱ्हाड, त्याच्या ईशान्येस दीड किलोमीटर अंतरावर अगाशिव नावाचा डोंगर आहे. महाभारतात कऱ्हाडचा (करहाटकाचा) उल्लेख पाषण्ड या विशेषपणाने केलेला आहे.

अगाशिव आणि जखिणवाडी येथील लेणी प्राचीन बौद्धाची असून त्या भागात काही अवशेषही आढळतात. कऱ्हाडात जैन अवशेष फारसे आढळत नाहीत.

वर उल्लेखिलेल्या अगाशिव या डोंगरात लेणी खोदलेली आहेत. या डोंगरांची उंची १२०० फूट असून त्याच्या माथ्यावर शिवालय आहे. या शिवाला अग्रशिव असे नाव होते. पुढे या अग्रशिवाचेच अगाशिव असे रूपांतर झाले.

येथील लेण्यांची संख्या ६३ आहे. ही लेणी बौद्धभिक्षूंच्या वर्षावासासाठी खोदलेली होती (येथील नक्षीकामविरहित आणि अनलंकृत बौद्ध गुंफा अधिक पुरातन आहे.) पावसाळ्याच्या चार महिन्यांत एका ठिकाणी स्थिर राहाणे याला वर्षावास (पाली वस्सावात) म्हणतात.

बौद्धभिक्षू आपला वर्षावास स्थल भेदानुसार आषाढ वा श्रावण महिन्याच्या पौर्णिमेपासून करीत. वर्षावासानिमित्त एखाद्या लेण्यात वा विहारात ते वास्तव्य करीत, त्यासाठी राजे वा श्रेष्ठी त्यांनी दाने देत असत. वरील लेणी पावसाळ्यातील विश्रांतीसाठी खोदलेली आहेत.

या ६३ लेण्यांपैकी काही लेणी कोयना नदीच्या बाजूला, काही भैरवदऱ्यात आणि उरलेली जखिणवाडीकडील बाजूस आहेत. जखिणवाडी हा यक्षिण वाटिका या शब्दाचा अपभ्रंश आहे.

ही लेणी इसवी सनपूर्व २५० ते इ. स. २०० एवढ्या कालखंडात टप्याटप्प्याने खोदली गेली असावीत. बौद्धांच्या हीनयान पंथाच्या पूर्वकाली या लेण्याची खोदाई झाली असावी. चक्र आणि सिंह बौद्धसंघांची द्योतक. ही सर्व चिन्हे या लेण्यात दृष्टोत्पत्तीस येतात. प्राचीन मगध विद्यापीठाची एक शाखा अगाशिव लेण्यात होती.

गुंफा क्र. १ ही चोखामेळा गुंफा म्हणून ओळखली जाते. या विहारगुंफेच्या प्रवेशमंडपांच्या स्तंभावर महाडगुंफासदृश दुर्मीळ शिल्पकाम आढळते. गुंफा क्र. ४

ही लक्ष्मीचीवाडी येथे आहे. येथील विहाराच्या मुख्य सभामंडपाच्या उभय अंगास प्रत्येकी दोन खोल्या खोदलेल्या आहेत. गुंफा क्र. ५ या चैत्यमंदिराचे अर्धवर्तुळाकृती छत अद्वितीय आहे. गुंफा क्र. १६ मध्ये स्तूपयुक्त उपासना मंदिर आहे.

गुंफा क्र. २४ मध्ये शिल्पदृष्ट्या सर्वाधिक परिपूर्ण अशा या विहारगुंफेच्या तीन बाजूस प्रत्येकी चार छोट्या खोल्या आणि वैशिष्ट्यपूर्ण दगडी जाळ्या आहेत.

गुंफा क्र. ४७ - या काष्ठप्रवेश मंडपयुक्त विहारगुंफेच्या मुख्य सभामंडपाच्या पार्श्वभागी आणि डाव्या बाजूस प्रत्येकी एक खोली असून, डाव्या अंगाच्या खोलीवर 'गोपालपुत्र संघमित्राची देणगी' असा शिलालेख आढळतो.

गुंफा क्र. ४८ या चैत्यमंदिर गुंफेतील स्तूपासमीप वैशिष्ट्यपूर्ण शिल्पे आहेत.

गुंफा क्र. ६२ या विहारगुंफेच्या तीन अंगास १७ छोट्या खोल्या आहेत.

❑❑

१० अजंठा

बौद्ध लेण्यांसाठी प्रसिद्ध असलेले हे एक जगप्रसिद्ध स्थान होय. औरंगाबाद जिल्ह्यात औरंगाबादच्या उत्तरेला ६२ मैलांवर म्हणजे सु. १०० किमीवर हे स्थान आहे. तिथून ४ मैल म्हणजे सु. ७ किमी दूर, घाटाच्या पायथ्याशी फरदापूर नावाचे खेडेगाव आहे. उभ्या पहाडात तीस गुंफांची एक मालिकाच पसरलेली दिसते. त्यांतील चार चैत्यगृहे असून, बाकीचे विहार आहेत. पहिल्या विभागात हीनयान पंथाच्या म्हणजे इ. सनपूर्व १५० ते इ. स. १०० या कालखंडातील क्र. ८, ९, १०, १२, १३ व १५ अ या सहा गुंफांचा समावेश होतो. बाकीच्या गुंफा इ. स. ४०० नंतरच्या महायान पंथाच्या आहेत.

सुमारे एक हजार वर्षे या ठिकाणी बौद्धांचे एक महत्त्वाचे केंद्र होते. प्रसिद्ध चिनी प्रवासी युआन श्वांग (इ. स. ६०२ ते ६९४) हा दक्षिणेत बादामीला गेला असता त्याने या गुंफांचे जे वर्णन ऐकले ते लिहून ठेवले आहे. ते असे – "महाराष्ट्र देशाच्या पूर्व भागात एक मोठी पर्वतश्रेणी आहे. तिथे एका दरडीत भव्य मंडप व दालने कोरलेली आहेत. त्यात एक मोठा संघाराम आहे. अचेलो या पश्चिम भारताच्या रहिवाशाने तो खोदविला असे सांगतात. त्यातील मंदिर शंभर फुटांहूनही अधिक उंच आहे. त्या मंदिरात सत्तर फूट उंचीची एक भव्य बुद्धमूर्ती आहे." पुढे निर्मनुष्य झाल्यानंतर तिथे रान माजले आणि त्यात जंगली जनावरांनी वसती केली. त्यामुळे मध्ययुगात हे स्थान अज्ञातच राहिले. त्याचा शोध लावण्याचे श्रेय परकीय राज्यकर्त्यांनाच द्यावे लागते. इ. स. १८१९ मध्ये मद्रास विभागातील काही गोरे लष्करी अधिकारी अजंठ्याच्या रानात हिंडत असताना, त्यांनी ही लेणी पाहिली. आणि इ. स. १८२४ मध्ये जनरल सर जेम्स अलेक्झांडर याने तिथे जाऊन त्या सर्व गुंफांची नीट पाहणी केली.

या गुंफा तेथील शिल्पकामापेक्षा चित्रकामासाठी विशेष प्रसिद्ध आहेत. सर्व चैत्यांत क्र. १० व २६ हे चैत्य उत्कृष्ट आहेत. १० क्रमांकाचा चैत्य बौद्ध लोक अत्यंत पवित्र मानतात. तो सर्वांत प्राचीन व उत्कृष्ट रंगविलेला आहे. त्यातील कमानी, खांब, भिंती, छत यांवर गिलावा करून बुद्धादिकांची सहस्त्रावधी चित्रे रंगवलेली आहेत. गिलावा वारुळातील मातीचा केलेला असल्यामुळे शेकडो वर्षे टिकला. सव्विसाव्या लेण्याचे कोरीव काम अप्रतिम आहे. त्याच्या बाहेरील

अंगाला एक मोठी बुद्धमूर्ती खोदलेली असून, गाभाऱ्यात अनेक बुद्धमूर्ती आहेत. त्यातील स्तूप व छत फारच सुंदर आहेत.

या लेण्यांविषयी एक दंतकथा आहे, ती अशी -

आचार नावाचा एक अर्हत होता. म्हणजे आदरणीय बौद्ध भिक्खू होता. आपल्या आईसह तो अजंठ्यास आला. तिथे त्याने डोंगरात संघाराम खोदविले आणि त्यांच्या भिंतीवर बुद्धचरित्रातील अनेक चित्रे रंगवून घेतली.

मानवाच्या विध्वंसक वृत्तीचा, तसेच कडक आणि विषम हवेचा परिणाम पुष्कळशा चित्रांवर होऊन त्यांतील बरीचशी आता नष्टप्राय झाली आहेत. केवळ तेरा लेण्यांतलीच चित्रे शिल्लक आहेत.

अजंठ्यातली चित्रे काढण्यासाठी लागणारी पार्श्वभूमी, माती, शेण व दगडाची वस्त्रगाळ पूड, हे पदार्थ एकत्र करून व त्याचा भिंतीवर लेप देऊन बनविण्यात आली आहे. छतासाठी भाताच्या तुसाचाही उपयोग केलेला आहे. ह्या चित्रांतील सर्वसाधारण माणसाचा रंग काळसर तपकिरी आहे. सामान्यत: भारतीयांचा वर्ण हाच असतो. या वर्णातच एखाद्या व्यक्तीत सोनेरी किंवा गुलाबी छटा आढळते. ती आरोग्याची किंवा आनंदी वृत्तीची द्योतक असावी. भगवान गौतम बुद्धांचे समग्र जीवनच या ठिकाणी चित्रित झाले आहे. सिबिजातकात बोधिसत्त्वाने एका कबूतराला वाचविण्यासाठी आपले मांस ससाण्याला कसे देऊ केले, ते दाखविले आहे. बोधिसत्त्व म्हणजे ज्याच्या अंगी बोधी म्हणजे पूर्ण ज्ञान

प्राप्त करून घेण्याची पात्रता असते त्याला बोधिसत्त्व म्हणतात. बोधिसत्त्व हा मानव मात्राच्या निर्वाणासाठी, या दु:खपूर्ण संसार-सागरात बुडत असलेल्या जीवांचा उद्धार करण्यासाठी मी स्वत:चे जिवित कार्य मानून प्रयत्नशील राहीन, असे ठरवितो.

गुंफा क्रमांक एक - शिल्प व चित्र या दोन्ही दृष्टींनी हे लेणे विशेष प्रेक्षणीय आहे. बुद्धाच्या जीवनातील प्रसंग, हत्तींच्या झुंजी, इ. विविध प्रकारचे कलापूर्ण शिल्पकाम इथे दिसते. इथे स्तंभ अतिशय देखणे.

मंडपाच्या मागील अंगी मोठा गाभारा असून, त्यातील सिंहासनावर बुद्धांची भव्य मूर्ती आहे; तिच्या दोन्ही बाजूंना बोधिसत्त्व आणि वरच्या बाजूला गंधर्वयुग्मे आहेत; समोर धर्मचक्र आहे. या मूर्तीच्या मुखावरील भाव विलक्षण आहे. मूर्तीच्या उजव्या बाजूने प्रकाश टाकला की मुद्रा प्रसन्न दिसते. समोरून प्रकाश पडला तर ती ध्यानमग्न वाटते आणि डाव्या बाजूने टाकला तर ती खिन्न भासते.

आता काही गुंफांचा परिचय करून घेऊया.

गुंफा क्रमांक चार - ही गुंफा सर्वांत मोठी आहे. सोप्याची लांबी ८७ फूट, रुंदी १२ फूट व उंची १६ फूट आहे. त्यात आठ अष्टकोनी स्तंभ असून, दोन्ही बाजूंना दोन दालने आहेत. गणेशपट्टीवर बुद्धमूर्ती, चैत्य, शार्दूल वगैरे कोरलेले आहेत. दाराच्या उजव्या बाजूला अवलोकितेश्वराची प्रतिमा व डाव्या बाजूला बुद्धमूर्ती आहे. अवलोकितेश्वर म्हणजे महान बोधिसत्त्व, मानवांकडे करुणादृष्टीने पाहणारा ईश्वरच होय.

गुंफा क्र. ६ - ही गुंफा इतर गुंफांपेक्षा वेगळी आहे. तिच्यात दोन मजले आहेत. अंतराळात, दोन्ही अंगांना 'श्रावस्तीचे विश्वरूप' आणि 'माराचे मोहजाल' ही चित्रे रंगविलेली दिसतात. श्रावस्ती हे उत्तर प्रदेशातील प्राचीन नगर. देय इथे खूप बौद्ध आणि जैन अवशेष मिळाले आहेत. आणि मार म्हणजे एक दुष्ट देवता. साधकांना भुलवून मार्गभ्रष्ट करणे हे तिचे काम. भगवान गौतम बुद्धांची समाधी भग्न करण्यासाठी माराने खूप प्रयत्न केले पण शेवटी तो हरला आणि गौतम हे बुद्ध झाले.

गुंफा क्र. ९ - या लेण्यात हीनयान पंथाचे, सनपूर्व १ ल्या शतकात खोदलेले चैत्यगृह आहे. त्याच्या दर्शनी भागात विशाल चैत्य तोरण दिसते. ते अगदी साधे आहे.

गुंफा क्र. १२ ते १५ - ही सगळी विहारलेणी असून, त्यांत मंडपाभोवती भिक्षूंच्या खोल्या आहेत. खोल्यांमध्ये दगडी बाके आहेत. सगळ्यांची रचना सारखीच आहे. शिल्पकाम साधे असून काही भाग पडलेला दिसतो.

गुंफा क्र. १६ – इथली १६, १७ व १९ या क्रमांकांची लेणी स्थापत्य व चित्रकला या दोन्ही दृष्टींनी भारतातल्या कुठल्याही लेण्यांपेक्षा उत्कृष्ट आहेत, असे बर्जेसने म्हटले आहे. यातले १६ वे लेणे वाकाटक नृपती हरिषेण (इ. स. ४७५ ते ५००) याच्या वराहदेव नावाच्या सचिवाने आपल्या मातापित्यांच्या पुण्योपचयासाठी खोदविले आहे. लहान स्तंभांवर दोन्ही अंगी मकरवाहना म्हणजे मगर हे जिचे वाहन आहे अशा गंगेची मूर्ती खोदलेली आहे. बुद्धाची भव्य मूर्ती सिंहासनावर अधिष्ठित असून, ती धर्मचक्रप्रवर्तनमुद्रेत आहे. बुद्धाच्या मुखाभोवती तेजोवलय असून, त्याच्या दोन्ही अंगी वज्रपाणी व पद्मपाणी चवऱ्या घेऊन उभे आहेत.

या १६ व्या लेण्यात मुख्यत्वे बुद्धाच्या शेवटच्या जन्मातले प्रसंग चित्रित झाले आहेत. मायादेवीचे स्वप्न, बुद्धजन्माचा देखावा, असित ऋषीचे भविष्यकथन, बाल गौतम पाटीवर धुळाक्षरे काढीत असल्याचे दृश्य, त्याचे धनुर्विद्येचे शिक्षण, सुजातेने त्याला केलेले पायसदान, बुद्धाची राजगृहातील भिक्षा, बुद्धाचा धर्मोपदेश, अजातशत्रू बुद्धाच्या दर्शनाला आल्याचे दृश्य; नंदाचा धर्मप्रवेश, बुद्ध राजवाड्यात आले असता त्यांची पत्नी यशोधरा व पुत्र राहुल त्यांना सामोरे आल्याचे दृश्य.

या कथेतल्या शेवटच्या प्रसंगाचे चित्र चांगल्या स्थितीत असून, कलासमीक्षकांनी त्याची मुक्तकंठाने स्तुती केली आहे. नंदाने बुद्धांचा धर्म स्वीकारून भिक्षुजीवन जगण्याचा निश्चय केल्यावर त्याचा राजमुकुट त्याची पत्नी सुंदरी हिच्याकडे एका सेवकाने आणून दिला व तो पाहून सुंदरी शोकावेगाने मरणोन्मुख झाली, हा त्या चित्राचा विषय आहे. मरणोन्मुख अवस्थेमुळे तिची मान गळून पडली आहे. ती खाली पडू नये म्हणून एक दासी तिला सावरून धरीत आहे व दुसरी शोकविव्हल दृष्टीने तिच्याकडे पाहत आहे. तसे करताना ती एका हाताने सुंदरीची नाडी पाहत आहे व दुसरा हात तिने आपल्या धडधडत्या हृदयावर ठेवला आहे. पंखा धारण करणारी आणखी एक दासी विकलांग अवस्थेत उभी आहे. जवळच काही सेवक असून, ते सुंदरीच्या अखेरच्या अवस्थेबद्दल दुःख करीत आहेत. मोरही शोकाकुल झाला असून, तो आपली मान लांब करून जणू त्या दासींचे बोलणे ऐकत आहे.

अनेक पाश्चात्त्य कलाविदांनी या चित्राची मुक्तकंठाने प्रशंसा केली आहे. शोक, कारुण्य आणि सुस्पष्ट प्रसंगचित्रण या बाबतीत या चित्राला मागे टाकणारी कलाकृती कलेच्या इतिहासात आढळणार नाही, असे ग्रीफिथ म्हणतो. फ्लॉरेन्सचे चित्रकार यापेक्षा चांगल्या आकृती कदाचित काढू शकले असते आणि व्हेनिसच्या कलाकारांना कदाचित त्यांत यापेक्षा जास्त चांगले रंग भरता आले असते; पण

त्यांपैकी कोणालाही या चित्रातल्या भावना यापेक्षा जास्त उत्तम रीतीने व्यक्त करता आल्या नसत्या.

१६ क्रमांकाच्या लेण्यापुढून खाली उतरले असता नागराजाचे लहानसे लेणे लागते. अजंठ्याची लेणी नाग कारागिरांनी खोदली असल्याने त्यांमध्ये नागराजांच्या प्रतिमा अनेक ठिकाणी कोरल्या गेल्या आहेत, असे श्री. म. म. प्रा. डॉ. वा. वि. मिराशी म्हणतात.

गुंफा क्र. १७ – हे लेणे विहारपद्धतीचे असून, ते क्रांतिवृत्ताचे लेणे म्हणून प्रसिद्ध आहे. म. म. वा. वि. मिराशी पुढील माहिति सांगतात –

हे चित्र संसाराचे आहे. संसाराला पुष्कळदा चक्राची उपमा देतात. या भव्य चक्राचे आठ भाग करण्याचा उद्देश होता, असे दिसते; पण त्याचे पाचच भाग चक्राच्या तुंब्यापासून परिघापर्यंत जाणाऱ्या अंतरांनी विभागले आहेत. या चक्रामध्ये जीवनाचे विविध पैलू रंगविले आहेत. उदाहरणार्थ – शेतकऱ्याची घरे, त्यांचे साधे जीवन, त्यांची जनावरे, नगरातील नाचरंग, प्रेमीयुगुलांचे विविध विलास, अरण्यातील प्रशांत स्थली आत्मानात्मविचारात गुंतलेले ऋषिगण, इ. चित्रे तिथे आहेत.

या विहारात एकूण १६ खोल्या आहेत. गंगा व यमुना यांच्या मूर्ती आणि विविध प्रकारची नक्षी यांनी सुशोभीत अशी द्वारशाखा गुप्तकालीन शिल्पकलेचे चांगले उदाहरण आहे.

या गुंफेतील एक चित्र विशेष उल्लेखनीय आहे, ते आहे शृंगारमग्न स्त्रीचे. आरशात पाहून वेशभूषा करणाऱ्या यौवनेचे. तिच्या मुखावरचे भाव, हातांची बोटे, गळ्यातले मोत्यांचे हार, हे सर्व अत्यंत सफाईने रंगवलेले आहेत.

१९ वे लेणे गंधकुटी या नावाने उल्लेखिलेले आहे. या गंधकुटीतील चैत्यात दोन खांबांवरच्या कमानीत बुद्धांची उभी मूर्ती कोरलेली आहे. त्याने पायापर्यंत लोंबणारा अंगरखा घातला असून त्यांची मुद्रा शांत आहे.

बाजूच्या भिंतींवर, बुद्धमूर्ती व यक्षमूर्ती कोरलेल्या आहेत. डाव्या हाताकडील भिंतीवर कोरलेले नागदंपतीचे शिल्प आहे.

चैत्यमंदिरात स्तूपाजवळ भव्य बुद्धमूर्ती असून तिच्यावर मकर-तोरण दिसते.

गुंफा क्र. २०–२५ – या गुंफांत लहानमोठे विहार आहेत. काही लेण्यांत चैत्यही आहेत. वीस क्रमाकांच्या गुंफेच्या आता सात मानुषी बुद्ध कोरलेले आहेत. तेवीस व चोवीस क्रमांकांच्या गुंफांतील शिल्पकाम सुंदर आहे.

गुंफा क्र. २६ – हे लेणे एक चैत्यगृह आहे. मंडपाची लांबी ६८ फूट,

रुंदी ३६। फूट व उंची ३१। फूट आहे. त्यातील स्तंभ खूप उंच असून, त्यावर विपुल नक्षीकाम आहे. मंडपाच्या डाव्या बाजूच्या भिंतीत बुद्धाच्या महापरिनिर्वाणाचा प्रसंग कोरलेला आहे. गौतम बुद्धाच्या मूर्तीची लांबी तेवीस फूट आहे. तरीही त्याचे अवयव, वस्त्रे, मुद्रेवरील भाव हे सर्व सुरेख, हुबेहूब दिसतात. बुद्धाची मुद्रा शांत आहे, पण त्याच्या मंचकाजवळ असलेल्या सर्व शोकग्रस्त व्यक्तींच्या मुखावर दुःखाची छाया पसरलेली स्पष्ट दिसते. वर गंधर्व-अप्सरांचे थवेही कोरलेले दिसतात. या चैत्यगृहात बुद्धाच्या असंख्य मूर्ती जागोजागी दिसतात.

अजंठ्याच्या चित्रकारांना शरीरशास्त्राचे व चित्रकलेच्या पारंपरिक संकेतांचे सूक्ष्म ज्ञान होते. त्यांची निरीक्षणशक्ती तीक्ष्ण होती. त्यामुळे त्यांनी रंगविलेले देखावे निसर्गाशी व जीवनाशी प्रामाणिक आहेत.

इथल्या काही चित्रांत पुष्कळ व्यक्ती चितारलेल्या आहेत. पण त्यांचे वैशिष्ट्य असे, की चित्रात गर्दी मात्र झालेली दिसत नाही. तसेच, इथे रंगवलेल्या हजारो व्यक्तींच्या आसनात, वर्णात किंवा आकृतींत साम्य आढळत नाही.

स्त्रियांच्या प्रतिमा अत्यंत मोहक आहेत. अप्सरेपासून नागकन्येपर्यंत आणि राजकन्येपासून चामरधारिणीपर्यंत सर्व दर्जांच्या स्त्रियांच्या प्रतिमा इथे रंगविलेल्या आहेत. यौवनाने मुसमुसलेल्या, सौंदर्याने रसरसलेल्या, पुष्पालंकारांनी सजलेल्या; गौर, श्यामल, ताम्र व कृष्णवर्णी; कोणी स्वतःच्या सौंदर्याचे आरशात निरीक्षण करीत स्तब्ध उभी आहे. कुठे एखादी अप्सरा आकाशातून तरंगत चाललेली आहे, तर कुठे एखादी नागकन्या एकांतात बसून मानवलोकांचे निरीक्षण करीत आहे. कोणी पाठमोरी झुलत्या केसांच्या बटा सावरीत आहे. कुणी झोपाळ्यावर बसून झोके घेत आहे, तर कुणी वातायनातून बाहेरचे दृश्य पाहत आहे. स्त्रियांच्या वेशभूषेत आणि केशरचनेत खूपच विविधता आढळते.

येथील चित्रांपैकी सर्वोत्तम कलाकृती म्हणजे पद्मपाणी बोधिसत्त्वाची होय. त्याची उभे राहण्याची ढब, त्याच्या अंगावरचे मोजके व सुरेख अलंकार, त्याचा नक्षीदार मुकुट आणि प्रसन्न मुद्रा हे सर्व उत्तम साधले आहे.

पहिल्या गुंफेतील बैलांची झुंज प्रेक्षणीय आहे. शिंगे एकमेकांच्या कपाळात रोखून आणि शेपट्या वर करून एकमेकांवर धावणाऱ्या बैलांचे हे जोरकस चित्रण आहे.

याच गुंफेत दोन उभी व दोन बसलेली अशी चार हरिणे कोरलेली आहेत. पण या सगळ्यांना मिळून एक तोंड आहे. ते इतक्या सफाईनं बसविले आहे, की प्रत्येक हरिण अलग अलग पाहिले, तरी ते डोके त्याच हरिणाचे आहे, असे वाटते.

इथल्या चित्रांतले सगळेच पुरुष शांत, सस्मित, सहनशील व निरुपद्रवी दिसतात.

अजंठ्याच्या चित्रांवरून तत्कालीन समाजस्थितीवर बराच प्रकाश पडतो. तत्कालीन श्रीमंतांच्या घराचे दिवाणखाने बहुधा चौकोनी व क्वचित गोलही असत. आतले सामान साधेच असे. बसायला चौरंगासारखे कातीव पायाचे मंच, टेकण्याकरिता त्यांना गोल आकाराची पाठ व पाय ठेवण्यासाठी पादपीठ असे. चित्रसमूहात काही लोक काळे, खुजे व चपट्या नाकाचे दिसतात. इथे नागवंशी लोकही दिसतात. त्या काळात कुशाण, पल्हव, ग्रीक वगैरे परदेशी लोकही महाराष्ट्रात येऊन स्थायिक झाले होते. त्यांचीही चित्रे आहेत. १७ व्या लेण्यात बुद्धाच्या श्रोतृवर्गात दाढीमिशांचे, अंगांत पूर्ण बाह्यांचे कोट घातलेले व डोक्यावर उंच निमूळता टोप असलेले पुरुष दिसतात. हे या परदेशी वर्गाचे प्रतिनिधी असावे. चित्रात काही चिनी चेहरेही दिसतात.

अजंठ्याच्या लेण्यांत स्त्रियांच्या केशरचनेचे व शिरोभूषणाचे इतके विविध व सुंदर प्रकार दिसतात, की प्रेक्षक आश्चर्यचकित होतो. अलंकारांचीही विविधता व विपुलता दिसते. ललाटिका, चट्टुलातिलक, इंद्रनील मणी, केयूरे, मणिमेखला आणि कितीतरी.

पुरुष पादत्राण घालीत व त्याचा पट्टा घोट्याजवळ पायाभोवती बांधीत. तलवार कमरेला बांधीत व खंजीर कमरपट्ट्यात खोवीत. घोड्यावरचे जीन, लगाम वगैरे सामान दिसते.

अजंठ्याच्या चित्रकलेने मोहून जाणार नाही, असा प्रेक्षक विरळा ! अजंठ्याच्या चित्रांनी रसिकांसमोर एक सजीव अशी कलासृष्टी उभी केली आहे. तत्कालीन चित्रकारांनी या गुंफांमध्ये विलासी आणि धार्मिक अशा उभयविध जीवनाच्या विविध अवस्था चितारून ठेवल्या आहेत. या गुंफांमध्ये भारतीय इतिहासाच्या सुवर्णयुगातली कला आपल्या संपूर्ण समृद्धीसह अवतीर्ण साठी आहे. पद्मपाणी अवलोकितेश्वर ह्या चित्राला तर तोड नाही. अजंठा येथील चित्रसृष्टीचा प्रभाव सर्व भारतावर पडसच पण मध्य आशिया, ब्रह्मदेश, श्रीलंका, चीन आणि जपान या देशांवरही त्या चित्रकलेने लाप टाकली.

भारतीय चित्रकलेची परंपरा अजंठा येथील चित्रकलेपासून प्रारंभित होते असे म्हणावयास प्रत्यवाय नाही.

संदर्भ : (भारतीय संस्कृतिकोश, सह्याद्री - स. आ. जोगळेकर, औरंगाबाद गॅझेटियर, रूपसौंदर्य - प्रा. म. ग. पातकर, मराठ्यांचे शिल्पवैभव - प्रा. डॉ. म. श्री. माटे.)

❑❑

११ औरंगाबाद (संभाजीनगर) येथील कोरीव लेणी

खडकी उर्फ औरंगाबाद तथा (संभाजीनगर) हे महाराष्ट्रातील जिल्ह्याचे आणि मराठवाडा विभागाचे प्रमुख ठिकाण. गोदावरीची उपनदी खाम या नदीच्या उजव्या तीरावर हे वसलेले आहे. १६७४ मध्ये हे नगर मलिक अंबरने वसवले. याचे मूळ नाव 'खडकी' परंतु औरंगजेबाने त्याचे औरंगाबाद केले. ल. संभाजीमहाराजांच्या धाकामुळे येथला कोट उभारला गेला म्हणूनच आता ह्या गावाचे नाव संभाजीनगर होऊ पाहात आहे.

सह्य पर्वतांतर्गत देवगिरी पर्वत श्रेणीतील तीन गुंफासमूहांपैकी औरंगाबाद हाही महत्त्वपूर्ण नि वैशिष्ट्यपूर्ण गुंफासमूह आहे. औरंगाबादच्या बेगमपुरा या उपनगराच्या उत्तरेला साधारणपणे आठ कि. मी. अंतरावर सह्याचल टेकड्यांत ही लेणी कोरलेली आहेत.

लेण्यांचे दोन समूह आहेत. दोन्ही एकमेकांपासून साधारणत: दीड कि. मी. अंतरावर आहेत. बिबीका मकबरा या थडग्यापासून लेण्यांकडे रस्ता जातो. टेकड्यांकडे तोंड केले म्हणजे मकबऱ्याच्या थोडे आधीच हा रस्ता डाव्या हाताला फुटतो आणि सोनेरी महालावरून टेकड्यांच्या पायथ्यापर्यंत जातो.

दुसराही एक रस्ता मकबऱ्याला उजवी घालून सरळ जातो. पुढे गेल्यावर हा रस्ता खंडित झाल्यासारखा वाटतो. टेकड्या चढून थोडे वर गेले की, उजव्या हाताला पाटी आहे : गुंफा क्र. ६ ते १० कडे जाण्याचा रस्ता. या दक्षिण मार्गाने न जाता तसेच पुढे जावे, म्हणजे गुंफा क्रमांक १ ते ५ लागतील. तसेच पुढे जाऊन मार्ग धरावा. हा मार्ग घाटासारखा डोंगराच्या कुशीला धरून वळणावळणाने पुढे जातो. तसे पुढे गेले की एका मोठ्या दरीत ६ ते १० हा गुंफासमूह आहे. येथे एकूण १३ गुंफा आहेत.

येथील दोन - तीन गुंफा विशेषतेने नटलेल्या आहेत. यातली गुंफा क्र. ७ जरी पाहिली तरी कृतार्थ झाल्यासारखे वाटेल. येथली सजावट आणि मूर्तिकाम अत्यंत दर्शनीय आहे. या गुंफेला 'नर्तकी गुंफा' हेच नाव द्यावयास हवे.

या सर्व लेण्यांमध्ये बौद्ध विहारशिल्पींचे वैशिष्ट्यपूर्ण नमुने पाहावयास मिळतात. या गुंफा बराच काळ माहीतच नव्हत्या. एका दृष्टीने हे बरेच झाले.

कारण मूर्तिभंजकांचे तिकडे लक्ष गेले नाही. खडकी अर्थात औरंगाबाद शहर वर्षानुवर्षे गुलामगिरीत असताना ही लेणी सुरक्षित राहिली हे विशेषच होय. डॉ. म. श्री. माटे यांच्या मते अप्रसिद्धीमुळे त्यांना जीवनदान मिळाले.

या लेण्यांची सांगोपांग तपासणी करण्याचे काम प्रसिद्ध पुरातत्त्व शास्त्रज्ञ बर्गेस यांनी केले. हे प्रख्यात शिलालेखतज्ज्ञ होते. पश्चिम हिंदुस्थानचे आर्किऑलॉजिकल सर्व्हेअर म्हणून त्यांनी काम करण्यास प्रारंभ केला नि डायरेक्टर जनरल म्हणून ते निवृत्त झाले. या लेण्यांवरचे त्यांचे लेखन प्रमाण मानले गेले आहे. तद्नंतर हैदराबाद पुराणवस्तू विभागाने लेण्यांचे संरक्षण केले. पण निसर्गाचा व्हायचा तो परिणाम झालेला आहेच. खडकांना तडे जाणे, पाणी झिरपणे, खांब कोलमडून पडणे, शिल्पांची धूप...

येथील बहुतेक गुंफा अपूर्ण आहेत. कदाचित मुरमाड खडक लागल्यामुळे काम अर्धवट राहिले असावे. किंवा आश्रयदाते मिळाले नसावेत. बौद्धकाळापासून अनेक श्रेष्ठींचा बौद्ध पंथाशी संबंध आला. अनेक श्रेठींनी चैत्य आणि विहार निर्माण करण्यासाठी विपुल धन दिलेले आहे.

कदाचित असेही असेल की, औरंगाबादची लेणी एखाददुसरा अपवाद वगळता सातव्या - आठव्या शतकातली आहेत नि या काळात रचित इमारती निर्माण होत होत्या व खोदलेल्या इमारती क्रमीक्रमी होत होत्या

कालनिर्णयाच्या दृष्टीने गुंफा क्र. ४ ही सर्वात प्राचीन म्हणजे इ. स. दुसऱ्या - तिसऱ्या शतकातील आहे. या चैत्यमंदिराचा अपवाद वगळल्यास अन्य साऱ्या गुंफा ६ व्या ते ८ व्या शतकातील येतील.

खडकी-औरंगाबाद गटात बौद्ध आणि जैन अनुयायांचीच मंदिरे आणि विहार आहेत. बौद्ध लेणी ही महायानपंथीय लेणी आहेत. इ. स. च्या ५ व्या शतकात महाराष्ट्रात प्रादुर्भूत झालेल्या महायानपंथाच्या अवनतीचे प्रतिबिंब येथील गुंफाशिल्पांच्या कलाविषयात आणि शैलीत दिसते.

साधारणपणे महायान लेण्यांत एक भव्य दालन असून त्याच्या मागील भिंतीतील गर्भगृहात भव्य बुद्धमूर्ती धर्मचक्रप्रवर्तन मुद्रेत असते. मथुरा शिल्पशैलीत अनेक ठिकाणी ही मुद्रा दिसते. गौतम बुद्धांनी सारनाथ येथे पहिले धर्मप्रवचन केले. त्यावेळी त्यांच्या हातांची जी स्थिती होती तिला धर्मचक्रमुद्रा असे म्हणतात. या मुद्रेत दोन्ही हात पोटाजवळ घेतलेले असतात. डावा हात उताणा, बोटे वाकलेली, तर्जनी आणि अंगठा यांची टोके जुळवलेली आणि उजव्या हाताचा तळवा उभा धरून त्याही हाताची तर्जनी नि अंगठा यांची टोके जुळविलेली असतात. गर्भगृह

नि मंडप यांच्यामध्ये नंतर नंतर अंतर ठेवण्याचीही योजना करण्यात आली. भिक्षूंच्या निवासासाठी खोल्याही निर्माण करण्यात आल्या.

गुंफा क्र. १ मध्ये सदोष दगडामुळे बाह्यमंडपाच्या खोदकामानंतर अपुऱ्या सोडलेल्या विहाराच्या (७६.५' x ९') दर्शनी भागी विशाल स्तंभ आणि त्यांच्यावर तुळ्यांचा आधार म्हणून साची तोरणसदृश विभिन्न स्त्रीप्रतिमा खोदलेल्या आहेत. तुळ्या आणि स्तंभांच्या तुलनेने त्या स्त्रीप्रतिमा लहान भासतात.

गुंफा क्र. २ : या विहारगुंफेची (२१.५' x १३') अनेकानेक बुद्धमूर्ती आणि विशाल प्रदक्षिणापथ ही वैशिष्ट्ये असून, त्याच्या दर्शनी भागी वेरूळ येथील गुंफा क्र. ८ सदृश दोन महाकाय द्वारपाल आहेत. हे देवसदृश योनीतले आहेत. प्रत्येक मोठ्या देवस्थानात आणि लेण्यांतही मुख्य प्रवेशद्वाराच्या दोन्ही अंगी हे उभे दिसतात. चंड-प्रचंड, जय-विजय, हरभद्र-सुभद्र, चंड-महाचंड, पद्मपाणी-वज्रपाणी अशी त्यांची नावे असतात.

क्र. ३ ची गुंफा चौकोनी मंडप नि भोवती खोल्या. मागच्या बाजूच्या खोलीत गाभारा अशी व्यवस्था असलेल्या मंदिरांनी परिपूर्ण आहे. याचे गृहमुख पडलेले आहे. या लेण्यांत स्तंभाकृतींचे विविध प्रकार आढळतात. या विहारगुंफेचे (४१.५' x ४२.५') विलासप्रसंगयुक्त शिल्प चौकटी आणि नाजूक नक्षीकामयुक्त स्तंभ, हे प्रमुख वैशिष्ट्ये असून मध्यवर्ती बुद्धप्रतिमेच्या समोरच्या भागातील शरणागत भक्तजनांच्या शिल्पप्रतिमा यथार्थ दर्शन आणि आविर्भाव यामुळे अद्वितीय आहेत.

त्यामधील स्त्री-पुरुषांच्या गळ्यात टपोऱ्या मौक्तिकमाला, हाती कडे-तोडे, दंडात बाजूबंद, कानात कुंडले आणि कमरेस मेखला असून डोक्यावर कृत्रिम केसांचे टोप आहेत. त्यावरून या इजिप्शियन वा असिरियन भक्तप्रतिमा असाव्यात. बौद्धधर्माच्या उत्कर्षकाली भारतात आलेल्या मध्य आशियातील दर्यावर्दी, व्यापारी, प्रवासी आणि बौद्ध भिक्षूंपैकी काही लोकांच्या प्रतिमा येथे कोरलेल्या असाव्यात.

गुंफेच्या अंतर्भागातील वरच्या पट्टीवर सुतसोम जातकातील प्रसंग कोरलेले आहेत. जातक शब्दाचा अर्थ जन्मसंबंधी असा आहे. भगवान बुद्धांच्या पूर्वजन्मासंबंधीच्या कथांना जातककथा म्हणतात. परंपरेनुसार त्यांची संख्या ५५० आहे. त्यातील एका जातककथेचे नाव सुतसोमजातक होय.

क्र. ४ च्या लेण्यात एक अर्धवर्तुळाकार चैत्यगृह आहे, तसेच वर उल्लेखिलेली मंदिरेही आहेत. या प्राचीनतम (इ. स. २-३ रे शतक) चैत्यमंदिराच्या (१४०' x ३२') अर्धवर्तुळाकृती छतावर सातवाहनकालीन चैत्यमंदिरासदृश

लाकडी तुळ्या बसविलेल्या आहेत. कालदृष्ट्या प्राचीन अशा या गुंफेच्या स्तंभावर मूर्ती आणि नक्षीकाम यांचे नको इतके आधिक्य, तसेच कलात्मकतेपेक्षा कलाप्रदर्शन अधिक वाटते.

गुंफा क्र. ५ : या विहाराच्या (इ. स. ७ वे शतक) पाठीमागच्या प्रदक्षिणामार्गयुक्त खोलीत भगवान गौतम बुद्धांची मूर्ती असून, महावीर प्रतिमा म्हणून जैन भक्तमंडळी तिची पूजा करतात.

गुंफा क्र. ७ : या विहारगुंफेच्या प्रदक्षिणापथयुक्त सभागृहाच्या (३८' x २२') मध्यभागी घारापुरी आणि वेरूळ येथील शैव गुंफासदृश गौतम बुद्धांचे मूर्तिमंदिर आहे.

या विहाराच्या मागील भिंतीवर कमलहस्त आणि बुद्धमूर्तिधारी अवलोकितेश्वर बोधिसत्त्वाची प्रतिमा आणि तिच्या दोन्ही अंगांस बौद्ध स्तोत्रवाङ्मयाधारित अवलोकितेश्वरकृत संकटमोचनाचे विविध प्रसंग कोरले आहेत. अवलोकितेश्वर म्हणजे एक महान बोधिसत्त्व. मानवांकडे करुणादृष्टीने पाहणारा, सर्व बाजूंनी सर्व गोष्टी पाहणारा नि सर्वांचे रक्षण करणारा देव ! या देवतेची भक्तप्रतिपालक अग्निशामक, शत्रुखड्गनिवारक दास्यविमोचक, नौकासंकटनिवारक, श्वापदसंहारक, मृत्युविमोचक अशी अनेक रूपे त्यामध्ये असून वेरूळ येथील गुंफा क्र. ३ चा अपवाद वगळता हे माहात्म्यदर्शन भारतीय बौद्ध गुंफांमध्ये अद्वितीय आहे. वेरूळच्या गुंफा क्र. ३ मध्ये विहारात पद्मासनस्थ, नागफणाधारित बुद्धमूर्ती असून गुंफेच्या भिंतीवर अवलोकितेश्वर मूर्ती आणि संकटमोचन प्रार्थनापट आहे.

क्र. ७ च्या गुंफेतील मागच्या बाजूचा काही भाग अपूर्ण वाटतो. पण बाकीचे मंदिर पुष्कळसे चांगल्या स्थितीत आहे.

सगळ्या शिल्पांच्या गाभाऱ्यात शोभणारे दृश्य म्हणजे नर्तिकेचे ! गाभाऱ्यात डाव्या हाताच्या भिंतीवर हा देखावा आहे. झांजा, बासरी, मृदंग यांच्या तालावर नृत्य सुरू आहे. वेगवेगळ्या वेष-केश-भूषेने नटलेले वादक नर्तिकेच्या दोन्ही बाजूंनी वादन करीत आहेत. मध्यभागी अर्धोन्मीलित नेत्रांची एक यौवना नृत्यात मग्न आहे.

गुंफा क्र. ९ या गुंफेच्या अंतर्भागात पाच प्रदक्षिणापथयुक्त दालनांमध्ये भगवान गौतम बुद्ध आणि त्यांच्या शक्तींच्या प्रचंड मूर्ती आणि दर्शनी भागी प्रचंड द्वारपाल आणि उडते गंधर्व कोरले आहेत. या मंदिराच्या छतावरील रंगीत चित्रे आणि नक्षीकामही दर्शनीय आहे.

एकूण येथल्या गुंफांतले शिल्पकाम प्रेक्षणीय आहे. सगळीकडे सतत दिसणारे रूपक म्हणजे कमलाकृतीत युग्मे. ही रूपके तशी छोटीच म्हणजे दीड

फुटांची. येथली कमळे अतिशय सुबक नि प्रेक्षणीय आहेत. वर्तुळाभोवतीच्या पाकळ्या नि मुक्तामाला रेखीव आहेत. येथील कलाकारांनी मानवी आकृतींच्या रेखाटनात अप्रतिम कौशल्य मिळवलेले आहे. अतिशय सफाईदार रेखांनी भाव व्यक्त करण्याची मराठवाड्याच्या कलाकारांची हातोटी प्रशंसनीय आहे.

द्वारपाल म्हणजे पद्मपाणी, वज्रपाणी यांचे रेखाटन. बहुधा याच्या हातात कमळ असते, म्हणून त्याला पद्मपाणी हे नाव मिळाले. अजिंठाच्या लेण्यातले पद्मपाणीचे चित्र जगप्रसिद्ध आहे. वज्रपाणी हाही एक बोधिसत्त्व ! वज्र हे याचे प्रतीक आहे.

आणखी एक वैशिष्ट्य म्हणजे गाभाऱ्यात बुद्धमूर्तीच्या दोन्ही बाजूस बसलेले आणि वंदन करणारे भक्तगण ! त्यांच्या बसण्याच्या केवळ स्थितीवरून त्यांचे भाव व्यक्त होतात, गुडघे समोर टेकून हात जोडून भगवान गौतम बुद्धांच्या मुखाकडे पाहणाऱ्या या भक्तगणांचे चेहरे स्पष्ट नाहीत; पण त्यांचा भाव, त्यांची भक्ती झटकन लक्षात येते. त्यांच्या बसण्याच्या अवस्थेत विनय, नम्रता श्रद्धा, भक्ती या गोष्टी दिसून येतात.

येथील विहार चालुक्यराजांनी खोदलेले आहेत. या नक्षीकामयुक्त विहाराच्या स्थापत्यशैलीत वातापी (बदामी) येथील मलेगित्ती (मालेगिट्टी) मंदिराप्रमाणे आणि

स्तंभशिल्प अजिंठा येथील विहाराप्रमाणे असून त्यामध्ये पल्लव स्थापत्य आणि गुप्त चालुक्य शैलीचे संमिश्रण दिसते. काहींच्या मते अनुकरणाची आवड आणि कृत्रिमतेची पराकाष्ठा, अलंकारांचे आधिक्य आणि सौष्ठवांचा आभास हे अवनत बौद्ध कलेचे दोष येथील शिल्पांमध्ये दिसून येतात. उत्स्फूर्त कलाप्रेरणा वाटत नाही. डामडौलाच्या हव्यासात कलासौंदर्य गुदमरल्यासारखे वाटते. दर्शकाचे मन चकित होते; पण प्रसन्न होत नाही. काही उणिवा वाटल्या तरीही आपल्या काही खास वैशिष्ट्यांमुळे ही लेणी पाहावी अशीच आहेत.

या लेण्यांजवळ प्रख्यात निपटनिरंजन यांची समाधी आहे. हे एक हिंदी संतकवी होत. त्यांचा काळ आहे. इ. स. १६२३ ते १७३८) असे म्हणतात की कठोर योगसाधना केल्यावर त्यांना मठाच्या बागेतच श्रीदत्तदर्शन झाले चर्पटनाथ हे त्यांचे गुरू. स्वत: औरंगजेब निपट निरंजनांची कीर्ती ऐकून त्यांना भेटण्यासाठी त्यांच्या बागेत सपरिवार गेला होता आणि त्यांचे योगसामर्थ्य पाहून थक्क झाला होता. त्यांनी औरंगजेबाला केलेला प्रदीर्घ उपदेश उपलब्ध आहे, औरंगजेबाने देऊ केलेला नजराणा त्यांनी नाकारला, अशी त्यांची परखड वाणी त्यांच्या पदरचनेत अनुभूतीची प्रगाढता आणि अभिव्यक्तिची स्पष्टता सहज जाणवून जाते (निपट निरंजन - प्रा. भालचंद्रराव तैलंग.)

❑❑

१२ कान्हेरी लेणी

मुंबई महानगरीतील बोरिवलीच्या राष्ट्रीय उद्यानालगत ही प्रख्यात लेणी आहेत. बोरिवलीहून बसने जाता येते किंवा रिक्षाही उपलब्ध आहेत. बोरीवलीपासून पूर्वेला सुमारे १० किमी अंतरावर १०२ गुहांच्या समूहालाच कान्हेरी लेणी म्हणतात. तुळशी तलाव, विहार तलाव, सिंधुसागर आणि कृष्णगिरी वा कृष्णशैल हा डोंगर या परिसरात ही लेणी शोभून दिसतात.

कृष्णगिरीचा अपभ्रंश कान्हेरी पूर्वी येथे एक बौद्ध मठ असावा.

तिथली चैत्य लेणी गौतमीपुत्र सातकर्णी (इ. स. १०६ ते १३०) याच्या वाळात कोरली गेली. सभागृह, विहार, असंख्य लहान खोल्यांच्या रांगा, दागोबा, स्तंभ, भगवान बुद्ध नि श्री अवलोकितेश्वराच्या प्रचंड मूर्ती, छत्री, पाण्याची टाकी हे सारे पाहण्यासाठी आहे. (दागोबा = धातुगर्भ = पार्थिव देहाच्या किंवा वापरलेल्या वस्तूंच्या अवशेषांवर उभारलेला स्तूप).

हीनयान, महामान दोन्ही पंथांची लेणी इथे आहेत. शिंलालेखांवरून समजते की ही लेणी महाराष्ट्रातील राजे, महारठी, महाभोज, श्रेष्ठी, गृहपती, मणिकार, सुवर्णकार यांच्या प्रेरणेनेच बांधलेली आहेत. क्र. १० आणि ७८ या लेण्यांतील लेख संस्कृत भाषेत असून शेष लेख प्राकृतात आहेत. काही लेखांत राजांची नावे व त्यांचा काल वहीत नुसतीच राजांची नावे आहेत.

लेणे क्र. ३ हे चैत्य लेणे कार्ले येथील चैत्यगृहासारखे दिसते. त्यातच भगवान श्री बुद्धांची महाकाय प्रतिमा कोरलेली आहे अवश्य दर्शन घ्यावेच.

३५ व्या लेण्यात पद्मपाणी तारादेवी आणि बोधिसत्त्व यांच्या सुंदर आकृती आहेत.

गुहा क्र. ७८ मधील लेखावरून कळते की ते लेणे राष्ट्रकूट वंशातील अमोघवर्ष पहिला (इ. स. ८१४-८८०) याच्या राजवटीत खोदले गेले.

प्रत्येक गुहेत पाण्याचे टाके आहे नि डोंगराच्या माथ्यावरून पाणी येण्यासाठी पन्हाळ खोदलेली आहे.

कोकणचे शिलाहार राजे येथील बौद्ध मठास दान देत होते. इ. स.च्या ९ व्या शतकात इथे बौद्ध विद्यालय नि ग्रंथालय होते.

❑❑

१३ कार्ले लेणी (जि. पुणे)

पुणे - लोणावळा-मुंबई या राष्ट्रीय महामार्गापासून जवळ आणि रेल्वेनेही सोयीच्या अशा मळवली गावाशेजारच्या डोंगरात कार्ले लेणी आहेत. मळवलीच्या उत्तरेस ६-७ कि. मी. वर कार्ले लेण्याचा पायथा किंवा कार्ले गाव आहे. कार्ले गावालाच विहार गाव म्हणतात.

कार्ले लेण्यांचा काळ इ. स. चे पहिले शतक. पर्यटकांनी कायम गजबजलेली. कायस्थ आणि कोळ्यांच्या श्री एकवीरा देवीचे स्थान कार्ले लेण्यासमोरच्या एकेकाळच्या सिंहस्तंभाशी, त्याही भाविकांची गर्दी येथे होतेच. एकवीरा म्हणजे रेणुका परशुरामाची माता रेणुका हिलाच एकवीरा असे दुसरे नाव आहे. महाराष्ट्रात रेणुकेची जी स्थाने आहेत, ती सगळी एकवीरा देवीची स्थाने म्हणून ओळखली जातात. परशुराम हा त्याच्या काळातला एकमेव वीर त्यावरून त्याच्या आईला एकवीरा म्हणू लागत. ही श्री संत एकनाथ महाराजांची कुलदेवता होय. कोळी आणि प्रभू ह्यांचीही ती कुलदेवता होय.

कार्ले येथील महाचैत्य हा भाजे लेण्याच्या साडेतीनपट तर बेडसे लेण्याच्या सहापट मोठा आहे. येथे गजपृष्ठाकृती छपाला सागवानी कड्या किंवा फासळ्या आहेत. गेली दोन हजार वर्षे हे लाकूड न कुजता कसे राहिले ? हे अद्यापतरी कोडेच आहे.

कार्ले लेण्यांचे दुसरे वैशिष्ट्य म्हणजे इथे असणारे सिंहस्तंभ. (असेच सिंहस्तंभ कान्हेरी येथेही आहेत) चैत्यगृहाकडे तोंड केले की डावीकडचा सिंहस्तंभ दिसतो, तो अजूनही शाबूत आहे. तब्बल १३.५ मीटर उंचीचा एकसंध पाषाणाचा हा स्तंभ आहे. वर्तुळाकार बैठक, षोडशकोनी स्तंभ, वाटोळा-कंगोरेदार कळस, त्यावर चौकोनी हर्मिका, हर्मिकेवर पाठीला पाठ लावून बसलेले सिंह. महारथी अग्निमित्रकाने हा स्तंभ खोदवून घेतला, असा शिलालेखच येथे आहे.

कार्ले लेण्यांमधील इतर स्तंभांवर कोरलेले हत्ती, स्त्री-पुरुष जोड्या हे सारे अतीप्रमाणबद्ध आहे. अत्यंत आकर्षक ढब असणारी विस्तीर्ण कमान येथे पाहायला मिळते.

प्रख्यात संशोधक श्री. स. आ. जोगळेकर म्हणतात, ''कार्ले लेण्यात ऐश्वर्य आहे, पण डामडौल नाही. अभिजात कला आहे, पण कृत्रिमता नाही. मूर्तींची

गर्दी अन् कलाकौशल्याचा अतिरेकही नाही. या लेण्याला जोड नाही अन् तोडही नाही.'' खरोखर हीनयान पंथीय बौद्ध कलेचा सातवाहन कालातील सर्वोच्च आविष्कार म्हणजे कार्ले लेणीच होत. प्रचंड मोठे हत्ती अन् २२ शिलालेख या येथील महत्त्वाच्या गोष्टी.

भारतातील ही अत्यंत भव्य नि सुंदर बौद्ध लेणी मानणे जातात. दर्शनी तोरण अतिशय भव्य असून त्याची बाह्यरेषा गतिमान, सेपावत वर वर जातेशी वाटते.

आत गेल्यावर हत्तींची मोठी रांग, अर्धचंद्राकृती गवास, नक्षीकाम, बुद्धमूर्ती, स्त्री-पुरुष जोडचा, भव्य असे गजराज, जाळीदार नक्षी लाकडी छत्री घोडेस्वार, सिंह, ज्यांनी चैत्यगृहासाठी देणग्या दिल्या त्या स्त्री-पुरुषांच्या मूर्ती, लहान लहान खोल्या, विहार, बोधिसत्त्व, कमळाधिष्ठित बुद्धमूर्ती विविध शिलालेख आदी गोष्टी आवर्जून पाहाव्यात.

एका शिलालेखात म्हटलेले आहे, ''ही गुंफा अखिल जंबुद्वीपान (भारतात) अद्वितीय असून, ती वैजयंतीच्या भूतपाळ नामक सावकाराने पुरी केली.'' वैजयंती म्हणजे कर्नाटकातील वनवासी होय.

भाजे लेणी (जि. पुणे)

पुणे-लोणावळा दरम्यानच्या मळवलीपासून जेमतेम एक कि.मी. अंतरावर २२ लेण्यांचा हा गट आहे. इ. स. पूर्व दुसरे-पहिले शतक हा त्याचा काळ.

२७ खांब, दगडी स्तूप, खिडक्यांमधून डोकावणाऱ्या मानवी आकृती, चैत्यांचे संमेलनच भासणारे १८ वे लेणे, पाण्याची टाकी या गोष्टी पाहण्याजोग्या. पण अनेक अभ्यासकांच्या मते येथील वैशिष्ट्यपूर्ण खोदकाम म्हणजे धबधब्याशेजारची सूर्यगुंफा. ऐरावतारूढ इंद्र, दुचाकी रथारूढ सूर्य सपरिवार येथे कोरलेला आहे. तर काही जणांच्या मते गजारूढ मार आणि रथारूढ शक्र (इंद्र) यांचे हे शिल्प आहे. येथील ब्राह्मी लेखांचा अभ्यासपूर्व मागोवा डॉ. सौ. शोभना गोखले यांनी घेतला आहे.

चैत्यगृहाची कमान, स्तंभ जाळीदार पडदे, खोबणी, विहार, कमलाकृती, स्त्रीचे मुख आणि पशूचे शरीर आदी गोष्टी पाहाण्यातच प्रा. पाहाण्यातच प्रा. पं. वि. रानडे ह्यांच्या मी त्या दोन्ही प्रतिमा लेणी निर्माण करणाऱ्या सातवाहन राज पुरुषांच्या आहेत.

❑❑

१४ कुडे लेणी

रायगड जिल्ह्यात माणगाव या मुंबई-गोमंतक राजमार्गावरील तालुक्याच्या ठिकाणापासून सुमारे २१ किलोमीटर अंतरावर 'कुडे' हे खेडे आहे. राजपुरी खाडीपासून ते ३ किलोमीटर अंतरावर आहे. इथे सुमारे २५० (सु. ७७ मीटर) फूट उंचीची एक टेकडी असून तिच्यात २५ बौद्धलेणी नि ११ कुंडे आहेत. त्यांतली १५ लेणी खाली असून तिथून सुमारे ४० फूट (सु. १३ मी.) उंचीवर बाकीची लेणी आहेत. लेण्यांच्यासमोर ८ किलोमीटर रुंदीची राजपुरी खाडी असून तिच्या दोन्ही भागास २०० ते ६०० फूट उंचीच्या टेकड्या आहेत. पूर्वेस तळे नि उत्तरेस घोसाळे हे दुर्ग आहेत. शक्य असेल तर हेही दुर्ग पाहावेत नि पर्यटनाचा आनंद लुटावा.

या २६ लेण्यांपैकी ५ चैत्य असून त्यात दाघोबा आहेत. बाकी विहार आहेत. केवळ ६ व्या लेण्यांव्यतिरिक्त अन्य सारी लेणी साधी नि बिननक्षीची आहेत. विशेष सांगण्यासारखी गोष्ट म्हणजे या लेण्यांमध्ये असलेल्या शिलालेखांत त्यांना 'लेणं' हा शब्द लावलेला आहे. तसा 'लेणं' हा शब्द सर्वप्रथम नाशिकजवळच्या पांडव लेण्यात आलेला दिसतो.

मागे या शब्दांचे अर्थ आलेले आहेतच. थोडक्यात चैत्य म्हणजे बौद्धांनी कोरलेल्या लेण्यातील मोठे दालन. यात स्तूप असतो. दाघोबा म्हणजे काय ? तर मृत व्यक्तीचे अवशेष मातीच्या किंवा धातूच्या पात्रात घालून ते पात्र स्तूपाच्या मध्यभागी ठेवले जाते. त्या भागाला दाघोबा किंवा दागोबा असे म्हणतात. त्यावर जो ढिगारा वा शिल्पकाम असते त्याला अंड म्हणतात. त्याच्या माथ्यावर एक चौकोनी वेदी असते.

अन्य २१ लेणी राहण्याची आहेत.

प्रत्येक लेण्यांत साधारणत: पुढील गोष्टी असतात. एक पडवी नि दार, पाठीमागील भिंतीत एक खिडकी, आतील खोली नि त्यात निजण्याचे दोन-तीन दगडी ओटे, दाराच्या दगडी चौकटींना भोके वा काही खुणा अवशिष्ट आहेत. त्यावरून तेथे लाकडाची दारे होती नि ही लेणी केव्हा तरी वापरात होती असे ठरते. खोल्यांतील बहुतेक दगडी भिंतींना मातीचा नि भाताच्या तुसाचा गिलावा केलेला आहे. एवढेच नव्हे, तर काही भिंतीवर त्यावेळी काढलेली चित्रे अद्यापही

शाबूत आहेत. पुष्कळ लेण्यात शिलालेख आहेत. सहाव्या लेण्यात तर सहा लेख आहेत. शिलालेख म्हणजे काय ? तर पाषाण खंडांवर कोरलेले लेख – असे शिलालेख भारताच्या सर्व भागांत मिळालेले आहेत.

येथील बहुतेक शिलालेख इ. स. पू. १ ल्या शतकातील आहेत. केवळ ५ लेख हे इ. स. च्या ५ व्या वा ६ व्या शतकातील आहेत. या लेखांत दात्याचे नाव नि देणगीचे (लेणे किंवा हौद अथवा चैत्य त्यांचे) नाव दिलेले आहे. बहुतेक दात्यांची नावे स्त्रियांची आहेत. स्त्रिया अत्यंत सश्रद्ध असतात आणि दानतत्परही असतात.

दात्यांच्या नावामध्ये पुष्कळ ठिकाणी 'शिव' हा शब्द आलेला आहे.

ही जी दात्यांची नावे आलेली आहेत त्यांत समाजातील सर्व थर दिसतात. श्रेष्ठी गहपती, सुवर्णकार, मालाकार, गंधिक, लोकवाणिज्य तिलपिष्टक कुलरिक, ब्राह्मण आदी विविध जातींनी या संस्कृतिकार्यात भाग घेतलेला आहे.

लेणे क्रमांक १ च्या पडवीत दोन अष्टकोनी आणि चौकोनी खांब असून त्यावर चंद्र किंवा दोन शिंगे कोरलेली आहेत. ही खूण वा अलंकार फार प्राचीन (इ. स. पू. १०० ते २००) काळचा असून, कान्हेरी आणि पश्चिम हिंदुस्थानातील लेण्यांतही ही खूण आढळते. आत एक खोली नि दिवाणखाना आहे. त्यापलीकडे एक गाभाऱ्याची खोली असून तिच्या भिंतीचा गिलावा अजूनही सुरक्षित व्यवस्थित बळकट आहे. येथे १५ x १५॥ चौ. फुटांचा (४ X ४ मी. सु.) साधा असा दाघोबा आहे. या लेण्यांतील पडवीच्या डाव्या अंगास खोलीच्या दारावर एक ठळक अक्षरांचा शिलालेख आहे, त्यात 'महाभोज सदगेरी विजय' याचा मुलगा जो महाभोज खण्डपालित मंडव त्याचा लेखक नि सुलसदत आणि उतरदता यांचा पुत्र शिवभूती याने नि त्याची पत्नी नंदा हिने हे लेणे बांधिले असा मजकूर आहे.

तिसऱ्या लेण्यात भिंतीवर 'भूतीचे लेणे' असा खंडलेख आहे.

चौथ्या लेण्यात एक लहानशी गच्ची नि एक ३४ फूट (सु. १० मी.) औरसचौरस दिवाणखाना आहे.

पाचव्या लेण्यांतील भिंतीचा नि छताचा गिलावा शाबूत आहे. पुढील पडवीत पाण्याने भरलेले एक मोठे कुंड आहे. आत काही दगडी ओटे नि पाच खोल्या आहेत. यात एकूण तीन लेख आहेत, ते असे : १) दोन कुंडांची देणगी असा अस्पष्ट लेख. २) या लेखात शिवदत्त आणि सातिमिना ही दात्यांची नावे आहेत. ३) या लेखात पदुमनिका, नागनिका, थेर भदंते, पाटिमित, भदंत

आगीमिता, बोधी नि अशाल्हमिता ही नावे येतात.

सहाव्या लेण्यात प्रथम एक पटांगण आणि दोन हत्ती आहेत. त्यांची उंची ११ (सु. ३ १/२ मी) फूट आहे. डावीकडील हत्तीच्या मागे एक लहान बुद्धमूर्ती कमळावर पाय ठेवून बसलेली आहे. खाली धर्मचक्र, सहा हरणे नि नागांच्या मूर्ती आहेत. भगवान बुद्धांच्या दोहो बाजूस चवरी वारणारे भक्त आहेत. डावीकडचा श्री अवलोकितेश्वर (अवलोकितेश्वर म्हणजे एक महान बोधिसत्त्व. मानवाकडे करुणादृष्टीने पाहणारा ईश्वर होय. तो सर्वांचे रक्षण करतो, म्हणूनच त्याला समन्तमुख म्हणजे सर्व बाजुंनी मुखे असलेला) असेही म्हणतात.

श्री बुद्धांच्या डोक्यावर मुकुट धरलेले दोन विद्याधर आहेत. विद्याधर म्हणजे स्वेच्छाचारी, गगनसंचारी पराक्रमी आणि युद्धात अजिंक्य अशी एक अतिमानवी योनी किंवा देवयोनी. जैन कथांमध्ये त्यांचे उल्लेख आले आहेत.

खाली अगदी अस्पष्ट असा एक संस्कृत लेख आहे. संस्कृत लेखावरून असे दिसते की हे लेख महायानपंथीयांनी कोरलेले असावेत. कारण महायान पंथाने संस्कृत भाषेचा स्वीकार केला होता.

पडवीत दोन अष्टकोनी खांब आहेत. डावीकडील खांबावर एक बुद्धमूर्ती चौरंगावर बसलेली (बाकी बहुतेक वर दिल्याप्रमाणे) आहे. खांबाच्या खाली एक लेख आहे, त्यात व्याघ्रका हे दान करणाऱ्या महिलेचे नाव आहे. याच खांबाच्या मागील बाजूस वरील आणि खालील नक्षीकामांमध्ये एक आठ इंची (२० सेंमी) नि दुसरी ११ इंची (सु. २८ सेंमी) अशा दोन बुद्धमूर्ती आहेत. उजव्या खांबावरही, माथ्यावर दोन बुद्धमूर्ती साध्या आसनावर बसलेल्या आणि त्याखाली तिसरी सिंहासनावर बसलेली (वर सांगितल्याप्रमाणे चवरीवाले, विद्याधर, हरणे

कमळे इत्यादीसहित) अशा आहेत. या खालीच एक लेख आहे. त्यातील दात्याचे नाव अस्पष्ट आहे. पडवीतील डाव्या बाजूला सात ओळींचा पाली शिलालेख आहे. यात आलेली नावे अशी – शिवम्, शिवभूती, विजया, शिवपालित, शिवदंत, सपिल, सपा, शिवपालिता, शिवदता आणि सुलसदता, व्यतिरिक्त पहिल्या लेण्यात आलेली सर्व नावे आहेत.

या पडवीच्या पलीकडे चौकोनी दिवाणखाना आहे. डावीकडील भिंतीत वरती चार बैठ्या बुद्धमूर्ती आहेत. त्या ध्यानस्थ ज्ञानमुद्रेच्या आहेत. डाव्या भिंतीतील बहुतेक खोदकामात लावलेला रंग अद्यापी थोडाफार शाबूत आहे. उजव्या भिंतीवर कमलासनावर बसलेली २।। फूट (सु. पाऊण मी.) उंचीची बुद्धमूर्ती आहे. खाली संस्कृत शिलालेख आहे. जवळ चामरधर, विद्याधर आणि नाग आहेत. चित्राखालील लेखात संतदेवाचे नाव येते. पुढे आणखी एक बुद्धमूर्ती कोरलेली आहे. दिवाणखान्याच्या पाठीमागे असलेल्या अष्टकोनी खांबावर चंद्र कारलेले आहेत. जवळच आतील खोलीत जाण्याचा रस्ता आहे. त्याच्या कटिंजनावर शार्दूल, माणसाळलेला वाघ, बैल, हत्ती, काळवीट इत्यादी आकृती कोरलेल्या आहेत. बहुतेकांच्या मागे एक बटुमूर्ती त्यांना हाकीत आहे, असे दाखविणारी आकृती कोरलेली आहे. या भिंतीवर दोन स्त्री-पुरुषांच्या मूर्ती आहेत. डाव्या कोपऱ्यात अशीच स्त्रीपुरुषांची चित्रे आहेत त्यांची डोक्यावरील आच्छादने नि हात, पाय, कान इत्यादींमधील अलंकार पाहण्यासारखे आहेत. पुष्कळांना कमरपट्टेही आहेत. आतल्या खोलीत दगडी ओटे आहेत. या खोलीच्या आत दुसरी खोली असून तिच्यात साधा असा दाघोबा आहे. त्यांच्यावर एक छत्री कोरलेली आहे.

पुढच्या अनेक लेण्यांत अनेकानेक देणगीदारांची नावे दिसतात. त्यात सर्व थर दिसतात. तसेच लेणी क्र. १४ मध्ये डाव्या बाजूच्या भिंतीवर खिडकीपाशी लेख असून त्यात करहाकड (कऱ्हाड) च्या महिक लोहाराचा उल्लेख आहे. १६ व्या लेण्यात मुगुदा माळ्याचे नाव येते. कऱ्हाड हे महाभारत काळापासून म्हणजे ५१०० वर्षां पूर्वीपासून प्रसिद्ध आहे.

मघाशी तळे-घोसाळे ह्याचा उल्लेख केलाच आहे. आणखी वेळ असेल तर फणसाडचे अभयारण्य, मुरुड-जंजिरा, पद्मदुर्ग अशी अन्यही ठिकाणे पाहता येतील.

❑❑

१५ कोंदिवटी लेणी

बृहन्मुंबईत अंधेरी पासून ६.४ कि. मी. अंतरावर एका टेकडीमध्ये ही लेणी आहेत. यांना महाकाळाची लेणी असेही म्हणतात. ही बौद्ध लेणी इ. स. च्या २ च्या ते ६ व्या शतकाच्या दरम्यान कोरलेली आहेत. यांची संख्या १९ आहे. पहिल्या समूहातील चार लेणी चौथ्या-पाचव्या शतकातील असून, ती राहण्यासाठी बांधलेली दिसतात. त्यात निजण्याच्या खोल्या, ओटे, दिवाणखाने, पाण्याची टाकी इत्यादी आहेत. तिथून जवळच दोन पडके स्तूप आहेत.

या स्तूपांच्या वरच्या अंगाला १५ लेण्यांच्या दुसरा समूह आहे. त्यातील ४ थे लेणे देवळासारखे असून, त्याच्या अंगणातील उजव्या बाजूच्या भिंतीवर एक मोठा सातमुखी नाग कोरलेला आहे. ९ वे लेणे सर्वात जुने असून, त्यात पडवीच्या पुढे एक भव्य सभामंडप आहे. तिथे एक शिवलिंग आहे, त्याला महाकाळ म्हणतात. या लेण्यांना महाकाळाची लेणी हे नाव त्यावरूनच पडले आहे. ब्राह्मणधर्माच्या म्हणजे वैदिक धर्माच्या भरभराटीच्या काळात (इ. स. चे २-३ रे शतक) हे निर्माण झाले असावे.

सभामंडपाच्या उजव्या बाजूच्या भिंतीत कोरीव मूर्ती आहेत. मागील भिंतीत ६ मीटर लांबीचा अर्धचंद्राकार गाभारा कोरलेला आहे. त्याचे शिखर ४.५ मी. उंच आहे. त्याच्या मधोमध २.५ मी. उंचीचा दाघोबा (धातुगर्भ) आहे. अशा प्रकारचे गाभारे बिहार प्रांतातील दोन लेणी सोडल्यास, भारतात इतरत्र कुठेही नाहीत. पूर्वेकडील भिंतीवर भगवान श्री गौतम बुद्धांची उपदेशक अवस्थेतील मूर्ती बुद्धाची मूर्ती कोरलेली आहे. बुद्धांचे कमलासन पाचफडी नागाने उचललेले असून, त्याच्या दोन्ही बाजूंनी दोन नागकन्या व दोन सेवक आणि वर दोन विद्याधर आहेत. जवळच आणखी सात बुद्धमूर्ती व एक अवलोकितेश्वराची मूर्ती आहे.

बाकीची लेणी राहण्याची असून, ती सर्व पडकी आहेत. जवळच दोन टाकी आहेत. (महाराष्ट्रीय ज्ञानकोश; भारतीय संस्कृतिकोश).

❑❑

१६ खरोसा लेणी (जि. लातूर)

लातूर जिल्ह्यातील औसा तालुक्यात खरोसा गाव औसा व निलंगा तालुक्यांच्या सीमेवर आहे. इ.स.च्या सहाव्या शतकाच्या उत्तरार्धात येथील टेकडीच्या पश्चिमेला लातूर - बीदर रस्त्यापासून ४ कि. मी. अंतरावर लेण्यांचा समूह कोरलेला आहे. नरसिंह, शिवपार्वती, कार्तिकेय, रावण, तांडवनृत्य, समुद्रमंथन, धनुर्धारी राम, कौरव-पांडवयुद्ध, वराहमूर्ती अशी शिल्पे आहेत. पावणेदोन मीटर उंचीची विष्णूमूर्ती वैशिष्ट्यपूर्ण आहे. सध्या येथे पाणी उपलब्ध नाही.

एका गुहेत पद्मासनस्थ जैनमूर्ती आहे. टेकडीच्या माथ्यावर रेणुकामाता मंदिर आहे. त्याची दसऱ्याला यात्रा असते.

❑❑

१७ गजपंथ लेणी अथवा चांभार लेणी

नाशिकच्या उत्तरेस आठ किमी अंतरावर, म्हसरूळ गावाजवळ गजपंथ नामक टेकडी आहे. या टेकडीत जैनांनी खोदलेली काही लेणी आहेत. ही लेणी इ. स. च्या अकराव्या शतकातील आहेत. या लेण्यात भगवान श्री पार्श्वनाथांची मूर्ती आहे. श्री पार्श्वनाथ म्हणजे जैनांचे तेविसावे तीर्थंकर. त्यांचा चातुर्याम धर्म म्हणजे - सत्य, अहिंसा, अस्तेय आणि अपरिग्रह. या चार सामाजिक सद्गुणांवाचून कोणतीही समाजरचना स्थिरपणे सिद्ध होऊ शकणार नाही.

❑❑

१८ घटोत्कच लेणी

संभाजीनगर (औरंगाबाद) जिल्ह्याच्या सिल्लोड तालुक्यात ही लेणी आहेत. पूर्वीचा औरंगाबाद-महेश्वर (माहिष्मनी) मार्ग.

वाकाटक काळात महायान पंथाचा सर्वत्र प्रसार होऊन बुद्धमूर्तींची पूजा होऊ लागली. वाकाटक हा महाराष्ट्रातील एक प्राचीन राजवंश. त्याचा काळ आहे इ. स. २५० ते ५५०. वाकाटक काळ म्हणजे विदर्भाचा सुवर्णकाळच होता. त्यांच्या कित्येक खुणा आजही पाहावयास मिळतात. अंजठा क्र. १६ वे लेणे नि घटोत्कच लेणे ही वाकाटकांची देणगी होय. बुद्धमूर्ती खोदण्यात आल्या. या काळात (तिसऱ्या शतकाच्या पुढे) महायान लेणी मुख्यतः मराठवाड्यात अजंठा, घटोत्कच, वेरूळ, औरंगाबाद आणि इतरत्र नाशिक, कान्हेरी, कार्ले आदी ठिकाणी दिसून येतात.

जळगाव जिल्ह्याच्या दक्षिण सीमेपासून साधारणतः ५ कि. मी. अंतरावर, अजंठ्याच्या पश्चिमेस सुमारे १९ कि. मी. वर नि पाचोऱ्याच्या नैर्ऋत्येस सुमारे २७ कि. मी. वर जिंजाळ खेड्याजवळील (सिल्लोड तालुका, औरंगाबाद जिल्हा) डोंगरात घटोत्कच लेणी आहेत.

भीमसेनपुत्र घटोत्कचाने ही लेणी खोदली अशी एक कल्पना. घटोत्कच हा भीमसेन-हिडिंबा ह्यांचा पराक्रमी पुत्र. आजच्या नागभूमी (नागालँड) मधले दिमापूर हे प्रख्यात नगर म्हणजे मूळ हिडिंबापूर असे म्हणतात. (कुठे नागभूमी नि कुठे विदर्भ - मराठवाडा पण त्यांना सारा भारत एकच वाटत होता.) या लेण्यांत दोन विहार असून त्यापैकी एक मोठा आहे. तो सुमारे ८० फूट लांब (सु. २५ मी.) नि तितकाच रुंद आहे. हा विहार अजिंठा येथील सहाव्या नि सोळाव्या लेण्यांप्रमाणे आहे. या विहारास २० खांब आहेत. कोपऱ्यातले नि मधले स्तंभ एकसारखे आहेत. त्यांचा पाय चौरसाकृती आहे. काही सोळाकोनी आहेत. स्तंभांवर उत्तम नक्षी चितारलेली आहे.

मागच्या बाजूस भगवान श्री गौतम बुद्धांची मूर्ती आहे आणि तिच्या जवळ विद्याधर, 'धर्मचक्र' व हरिण नेहमीप्रमाणे आहेत.

विहारात एकंदर १० खोल्या आहेत. पुढील भिंतीस ३ दरवाजे आणि दोन खिडक्या आहेत. यांच्यावरही बुद्ध आणि किन्नरी आदी मूर्ती कारलेल्या आहेत.

मध्यभागी असलेले दार अंजठा लेण्यातील दाराप्रमाणे आहे. कोपऱ्यात कोरलेल्या स्त्री-प्रतिमा मकरांच्याऐवजी वराहावर कोरलेल्या आहेत. खिडक्या आणि बाजूची दारे चैत्यकमानींनी सुशोभीत केलेली आहेत. चैत्यगृहाशी संबंधित म्हणून त्यांना चैत्यकमान म्हणतात. पुढचा व्हरांडा बराचसा उद्ध्वस्त झालेला दिसतो. दोन दोन स्तंभांनी आधार दिलेली दोन मंदिरेही येथे दिसतात. ती बघून अजंठ्याच्या २४ व्या नि २५ व्या लेण्यांची आठवण होते.

या लेण्यांचा काळ अजंठा लेण्यांचाच काळ होय. येथील शिल्पशैली नि रचना अजंठ्याप्रमाणेच आहे.

पडवीच्या मागील भिंतीवर उत्तरेस अश्मक राजांच्या वेळचा एक शिलालेख आहे. त्यातल्या १० ओळीच वाचता येतात. बाकीच्या धुपून गेल्या आहेत. वाकाटकनृपती हरिषेणाचा पुत्र राजा देवसेन याचा मंत्री हस्तिप्रोष याची वंशावळ या लेखात दिलेली आहे.

वाकाटकनृपती हरिषेणाच्या काळात (इ. स. ४७५ ते ५००) अजंठा क्र. ६६ हे लेणे खोदले गेले. तेव्हा अशी शक्यता आहे की तोच काळ या लेण्याचा असावा.

विहारातील एका खांबावर बुद्धाची मूर्ती कोरलेली असून त्याच्या खांबावरच बौद्धधर्म तत्त्वे खोदलेला एक शिलालेख आहे. विहाराच्या पुढील भागातही भिंतीवर बुद्धाच्या अनेक मूर्ती कोरलेल्या आहेत.

पुढील पडवीचे खांब इत्यादी सर्व पडून गेलेले आहे. जवळच दुसरे एक लहानसे लेणे आहे त्याचीही बरीचशी पडझड झाली आहे.

❑❑

१९ घारापुरी लेणी

मुंबईजवळची घारापुरी लेणी ही अत्यंत प्रख्यात जगप्रसिद्ध लेणी आहेत. ही लेणी पाहण्यासाठी पर्यटकांची रीघ लागलेली असते. मुंबईपासून सुमारे १०-११ किलोमीटर अंतरावर समुद्रात एका लहानशा बेटावर हे घारापुरी गाव आहे. याचे प्राचीन नाव श्रीपुरी असे होते. कोकणातल्या मौर्य वंशाची घारापुरी ही राजधानी असावी. तद्नंतर चालुक्य, राष्ट्रकूट, यादव नि मोगल यांनी तिथे क्रमाने आपली सत्ता प्रस्थापित केली. इसवी सनाच्या सोळाव्या शतकाच्या पूर्वार्धात हे बेट पोर्तुगिजांच्या ताब्यात गेले. श्री शिवाजीमहाराजांच्या काळात ते मराठ्यांनी हस्तगत केले नि सन १७७४ मध्ये त्यावर इंग्रजांनी आपले प्रभुत्व स्थापले.

या बेटावरील डोंगरात पाच लेणी खोदलेली आहेत. इसवी सनाचे तिसरे शतक ते सातवे शतक या कालखंडात ही लेणी खोदली गेली असावी. येथील शिल्पकाम शैव संप्रदायाचे आहे. त्यात अनेक वेचक, निवडक शिवकथा समूर्त झालेल्या दिसतात. या कथांपैकी अतिशय वैशिष्ट्यपूर्ण अशी शिव-पार्वती विवाह, गंगावतरण, तांडवनृत्य, अंधकासुरवध इत्यादी दृश्ये अत्यंत रमणीय असून, साक्षात शिवाचे जीवनच थोडक्यात आपल्यापुढे साकार करतात.

मुख्य लेण्यात एक भव्य दालन असून, त्याच्या मध्यभागी ११ हात उंचीची एक त्रिमुखी मूर्ती आहे. तिन्ही मुखे अतिशय सुंदर असून, त्यांच्या मुकुटांवरील कलाकुसर प्रेक्षणीय आहे. ब्रह्मा, विष्णू नि महेश यांच्या संयुक्त मूर्तीला सामान्यपणे त्रिमूर्ती म्हणतात. त्रिमूर्तींची शिल्पे भारतीय मूर्तीसंभारात अनेक आहेत नि घारापुरी येथील हे त्रिमूर्ती शिल्प भव्य आहे.

ही मूर्ती ब्रह्मा-विष्णू-महेशाची आहे, अशी धारणा आहे. श्री. जितेंद्रनाथ बंद्योपाध्याय (बानर्जी) यांच्या मते या त्रिमूर्तीचे मधले मुख स्त्रीचे म्हणजे उमेचे आहे. ओठांची मुडप, डोळ्यात दिसणारी स्त्रीसुलभ लज्जा, जमिनीकडे वळलेली दृष्टी, मोत्यांच्या जाळीत बांधलेली केशरचना यामुळे हे मुख अन्य दोहोपेक्षा वेगळे वाटते.

प्राचीन ग्रंथात रुद्र शिवाच्या दोन रूपांचा उल्लेख आढळतो. रुद्राचे स्वरूप हे घोर आहे. म्हणजेच तो प्रचंड शक्तिमान, त्याचा क्रोध भयानक नि शक्ती सर्वसंहारक असून, तो प्राणिमात्रांच्या बऱ्यावाईट कर्माचा निरीक्षक मानला गेला

आहे. दुसरे शिवस्वरूप–हे सौम्य आहे. शिव म्हणजे मंगलमय, कल्याणस्वरूप सदाशिव तत्त्व, त्याला कोणताही विकार नाही, त्रिविध दुःखांपैकी कशाचाही लवलेश नाही. या दोन रूपांच्या मध्ये शिवशक्ती उभी आहे. पार्वती ही मूर्तिमंत करुणा आहे. दीनदुबळ्यांच्या दुःखाने ती लगेच कळवळते, आर्त भक्तांची हाक शिवाच्याही आधी तिच्या कानावर पडते आणि मग ती शिवाला समाधीतून जागृत करते आणि त्याला पुढे घालून आर्तत्राणासाठी धाव घेते.

अशी कल्पना डोळ्यापुढे ठेवून ही त्रिमूर्ती घडविलेली आहे, असे दिसते. जगातील अत्यंत भव्य अशा पाच–सात शिल्पकृतींमध्ये या मूर्तीची गणना केली जाते. कारागिराच्या कल्पनेची अतिशय उंच भरारी या शिल्पांत दिसून येते.

त्रिमूर्तीच्या पूर्वेकडील भिंतीत अर्धनारीश्वराची एक सुंदर मूर्ती कोरलेली आहे. त्या मूर्तीचा डावा भाग स्त्रीचा नि उजवा भाग पुरुषाकृती दिसतो. मुखावर मात्र स्त्री वा पुरुष कोणाचाच भाव नसून, ते परब्रह्माचे प्रतीक भासते. शिव–पार्वतीच्या संयुक्त रूपाला अर्धनारीश्वर हे नाव आहे.

शिवशक्ती अर्धनारीश्वराच्या रूपात कल्पिलेली आहे. सृष्टीच्या पूर्वी स्त्रीपुरुष भेद कशाप्रकारे होता, त्याचे उत्तर देण्याचा प्रयत्न शिल्पाद्वारे केलेला आहे.

शिव हा शक्तियुक्त होतो तेव्हाच कार्यक्षम होतो. शिवशक्तीची नित्य समरसता म्हणजे अद्वैत. म्हणजेच मायेचा त्याग केलेला नसून, ब्रह्मशक्ती म्हणून तिचा संग्रहच केलेला आहे.

एका लेण्यात, कैलास पर्वतावर शिव-पार्वती बसलेली असून, रावण आपल्या वीस भुजांनी तो पर्वत हालवित आहे असे दृश्य दिसते. रावणानुग्रह असे या शिल्पाचे नाव आहे. शंकराच्या मुकुटात चंद्रकला आणि मागे प्रभा आहे. त्याच्या मुद्रेवर शांत, निश्चय आणि कपाळावर तृतीय नेत्र स्पष्टपणे दिसत आहे. शंकर एका हाताने बावरलेल्या पार्वतीला आधार आणि निर्भयतेचे आश्वासन देत आहे.

घारापुरी लेण्यांचा महामंडप औरस चौरस एकशेतीस फूट लांबी-रुंदीचा नि पंधरा ते सतरा फूट उंचीचा आहे. मंडपाचे छत सव्वीस खांबावर आधारलेले आहे.

त्रिमूर्तीच्या पश्चिमेस असलेल्या मूर्तीला कोणी शिव-पार्वती असे नाव दिलेले आहे, तर काहींनी गंगाधर आणि गंगावतरण अशी अभिधाने दिलेली आहेत. स. आ. जोगळेकर यांना त्रिवेणी-संगम ही संज्ञा अधिक अन्वर्थक वाटते. शंकराच्या मुकुटाच्या शिखरातून त्रिमुख स्त्रीची अर्धमूर्ती दाखविलेली आहे. ही मुखे गंगा, यमुना नि सरस्वती या तीन पवित्र नद्यांची प्रतीके असावीत असे अनुमान आहे.

'मानवती पार्वती' या चित्रात शिव नि पार्वती यांचा कलह दाखविलेला आहे. शंकराच्या डाव्या बाजूला पार्वती रुसून मान फिरवून बसली आहे.

विवाह मंडल हे घारापुरीच्या चित्रातले सर्वोत्कृष्ट चित्र ठरेल. शंकरावर अनुरक्त असलेल्या पार्वतीने शंकरांची सेवा करून त्याची प्रीती संपादन केली, तिला मागणी घालण्याकरिता शंकराने हिमालयाकडे सप्तऋषी पाठविले. हिमालयाने ही मागणी मान्य केल्यानंतर त्यांचा विवाह झाला. यामुळे सर्व देवांना संतोष झाला आणि ते विवाह समारंभाला उपस्थित राहिले, हा प्रसंग या चित्रात दाखविला आहे.

पार्वतीच्या मूर्तीबद्दल बर्गेस म्हणतात की, सर्व मूर्तींमध्ये ही मूर्ती अत्यंत 'प्रमाणबद्ध आणि बांधेसूद'असून, ती निर्माण करण्यात शिल्पकारांनी आपले कौशल्यसर्वस्व वेचले आहे. दुर्दैवाने येथील शिल्पांची फार मोडतोड झालेली आहे.

भैरव-महाबलाची मूर्ती साडेअकरा फूट उंचीची आहे. प्रा. ग. ह. खरे यांच्या मते ही मूर्ती अंधकासुरमर्दन शिवाची आहे. हे शिल्प ध्यानपूर्वक नीट पाहिले तर मूर्तीच्या अंग-प्रत्यंगातून ओसंडणारे पुरुष-सामर्थ्य प्रत्ययाला येईल आणि भारतीय शिल्पाच्या चलशक्तीचे प्रत्यंतर येईल.

शिवतांडवाच्या दृश्याची रुंदी आतल्या अंगाने तेरा फूट असून, उंची सुमारे सव्वा अकरा फूट आहे. बाजूच्या पार्वतीच्या मूर्तीची उंची सुमारे पावणेसात फूट आहे. दुर्दैवाने ही तांडवमूर्ती छिन्नविच्छिन्न झाल्यामुळे तिच्या मूळच्या सौंदर्याची कल्पना करता येत नाही.

महायोगी शिव या शिल्पाचीही फार मोडतोड झालेली आहे. सतीच्या आत्महत्येनंतर शंकराने तपश्यर्चा आरंभिली तेव्हाचे दृश्य या चित्रात चित्रित केलेले आहे. काहींच्या मते शिवमताचा कलियुगात प्रसार, प्रचार करणाऱ्या लकुलीशांची (इ. स. चे पहिले शतक) ही मूर्ती आहे.

महामंडपात पश्चिम बाजूला शिवमंदिर आहे. मंदिराच्या चारी दिशांना प्रवेशद्वारे आहेत. प्रत्येक दाराच्या दोन्ही बाजूंना सरासरीने पंधरा फूट उंचीचे प्रचंड द्वारपाल आहेत. शिल्पशास्त्रज्ञांच्या मते आणि आधुनिक शिल्पशास्त्रज्ञाच्या दृष्टीने या मूर्ती सर्वांत उत्कृष्ट आहेत.

या व्यतिरिक्त उपमंडप, विस्तीर्ण जलाशय, सुमारे पाऊण किलोमीटर अंतरावरील सीताबाईचे लेणे आणि अन्य दोन लेणी यांचाही उल्लेख करता येईल.

१५६४ च्या सुमारास पोर्तुगिजांनी हे बेट जिंकले.

घारापुरी हे महाराष्ट्राच्या प्राचीन मध्ययुगीन सामर्थ्याचे, समृद्धीचे, संस्कृतीचे एक अभिमानास्पद प्रतीक आहे. प्रसिद्ध संशोधक डी. कौटी सांगतो की, मेणावर किंवा सोन्यावर करता येणार नाही इतके नाजूक काम येथे दगडावर केलेले आहे.

येथे पूर्वी एक प्रचंड दगडी हत्ती होता. ही हस्तिप्रतिमा सव्वासात फूट आणि सव्वातेरा फूट लांब होती. यावरूनच पोर्तुगिजांनी या बेटाला एलिफंटा हे नाव दिले. सध्या मुंबईच्या जिजामाता उद्यानात हा हत्ती पाहावयास मिळतो. कोणार्कप्रमाणेच येथेही एक प्रचंड दगडी घोडा होता, आज मात्र तो अदृश्य आहे.

प्रत्येकाने पाहावीच अशी ही लेणी ! मुंबईच्या महाप्रवेशद्वाराजवळून घारापुरीला जाण्यासाठी सकाळी - सायंकाळी बोटी, पडाव, होड्या मिळतात.

❑❑

२० घोरवडेश्वर अथवा शेलारवाडीची लेणी

पुणे-लोणावळे लोहमार्गावरील बेगडेवाडी स्थानकावरून येथे येता येईल. बसनेही इथेच उतरून लेणी गाठता येतात.

दोन डोंगरांच्या मधोमध असलेल्या खिंडीत दोन-चार मोठे वृक्ष दिसतात. तेच आपले इच्छित स्थळ. पायऱ्यांनी वा पायवाटे जाता येईल. हे एक प्रदूषणमुक्त नि कोरे टवटवीत सुंदर निसर्गस्थळ होय. पावसाळ्यात तर फारच सुंदर. ही गुंफा म्हणजे पूर्वी बौद्ध भिक्षूंचे निवासस्थान असावे. पुढे एक निर्मळ जलाचे विस्तृत टाके आहे. इ. स. पूर्व २०० ते १५० हा या लेण्यांचा काळ असावा. पाण्याची २८ टाकी इथे आहेत. लोखंडी रेलिंगच्या मध्यावर आहे. गुंफा श्री घोरवडेश्वर हेच येथील मुख्य दैवत. हा सारा परिसर अतिशय रमणीय आहे. एका विशाल वृक्षाजवळ श्री दास मारुती आहे. गुंफेतील गारव्याने मन प्रसन्न होते. ५० x ७० फूट लांबी रुंदीची प्रशस्त गुहा काळ्या खडकात कोरून काढलेली, छतावर सारा डोंगराचा भार, तरीही छत तोलून धरायला अधेमधे मूळचे खांब ठेवलेले नाहीत याचे आश्चर्य वाटते. त्या वेळच्या कसबी कलाकारांची कमाल आहे. गुहेत श्री शंकराची सुरेखशी पिंड आहे. पिंड चौकोनी असून मध्ये शाळुंका आहे. छताला आतल्या बाजूने सुंदर शिल्प कोरलेले आहे. पिंडीवर अभिषेकपात्र लटकविण्यासाठी छतावर आलंकारिक नक्षीकामाची रचना केलेली दिसते. नित्य पूजे-अर्चेमुळे वातावरण प्रसन्न नि पवित्र आहे. बाजूला शंख चक्र गदा पद्मधारी पार्षद आहेत. गाभाऱ्याच्या दोन्ही बाजूंना खोल्या आहेत. नितान्त प्रसन्न शांत वातावरण.

डोंगरावर आणखी दोन लेणी आहेत. एका लेण्यापुढे पादुका, नंदी आणि भैरवमूर्ती आहे. खांबांना तळाशी घुमटाकार नक्षी असून, आढ्यालगत तीन-तीन हत्तींची रचना केलेली आहे. मुख्य गाभाऱ्यात शिवाची पिंड असून, त्याच्या बाहेरील दगडी भिंतीवर काही शिलालेख कोरलेले आहेत. देवनागरी लिपीतील एका शिलालेखावर 'जालींद्र पर्वत' असा उल्लेख आहे.

आणखी एक तिसरे लेणे जवळच आहे. या गुंफेत, संतवाङ्मयाचा अभ्यास नि साधना करण्यासाठी नित्य वारकरी मंडळी येत असतात. येथे विठ्ठल-रखुमाई नि

श्री संत जगद्गुरू तुकाराम महाराज यांच्या मूर्ती आहेत. गुंफेच्या पार्श्वभागात कातळात श्री शंकर-पार्वती कोरलेले आहेत. वरच्या बाजूस गोड पाण्याची बाव आहे. बावेशेजारी दोन मध्यम आकाराच्या गुंफा खोदलेल्या आहेत. तिथला एकान्त म्हणजे खराखुरा एकान्त. हे सारे अवश्य पाहावे. (चला सहलीला पुणे मुंबई महामार्गाच्या आजूबाजूला - पांडुरंग पाटणकर).

❑❑

२१ जुन्नर लेणी

महाराष्ट्रातील हे एक इतिहासप्रसिद्ध नगर. हे पुणे जिल्ह्यांत शिवनेरी गडाच्या पायथ्याशी वसलेले असून, सह्याद्रीचा नाणेघाट तिथून जवळच आहे. या नगराचे नाव जीर्णनगर, जुन्ननगर, जुन्नर असे बनले असावे, असे श्री. स. आ. जोगळेकर यांचे मत आहे. जीर्ण या शब्दाचा जुन्न अपभ्रंश प्राकृतात आढळतो. या शब्दाला वृद्ध, प्रतिष्ठित असाही एक अर्थ आहे. या नावावरून जुन्नरची प्राचीनता आणि दीर्घकालीन प्रतिष्ठा सूचित होते.

सोपारा, कल्याण व चौल या पश्चिम किनाऱ्यावरील बंदराशी तगर, पैठण, वगैरे देशावरील पेठांचा संबंध जुन्नरनजीकच्या नाणेघाटाने जोडलेला होता. बंदरांशी तगर म्हणजे संतश्री गोरोबा कुंभारांचे, धाराशिव जिल्ह्यातील तेर होय. त्यामुळे जुन्नर हे व्यापारी उलाढालीचे मोठे केंद्र बनले होते. शक-क्षत्रप हे बौद्धधर्मीय असल्यामुळे जुन्नर येथे त्यांची सत्ता प्रस्थापित झाल्यानंतर जुन्नरच्या परिसरात अनेक बौद्ध लेणी खोदली गेली. या लेण्यांतील लेखांत कल्याण, भडोच, वगैरे बंदरांतील व्यापाऱ्यांचे व नागरिकांचे तसेच शक, यवन वगैरे परकीयांचे दोन लेख आहेत.

जुन्नरच्या परिसरात एकूण दीडशे लेणी असून, ती भीमाशंकर, अंबिका, भूतलिंग, शिवनेर, तुळजा, गणेश व सुलेमान अशा सात गटांत विभागलेली आहेत. ही लेणी नाशिक व लोणावळे गटांतील लेण्यांच्या मानाने, कलेच्या व वैभवाच्या दृष्टीने कमी दर्जाची असली, तरी लेण्यांच्या सर्व अंगोपांगांच्या उत्क्रांतीच्या दृष्टीने महत्त्वाची आहेत. कारण शिल्पशास्त्राने मान्य केलेल्या प्रमाणावरून दिसून येते, की सह्याद्रीत लेणी खोदणे सुरू झाले, तेव्हापासून ती प्रथा लुप्त होईपर्यंत इथे शिल्पकाम चालू होते. भीमाशंकर व अंबिका हे गट ज्या टेकडीत आहेत, तिचे नाव मानमोड होय. मूळ नाव मानमुकुट असे होते. अंबिका गटाला हे नाव त्यातील अंबिकेच्या मूर्तीवरून प्राप्त झालेले आहे. ही जैनांची देवी आहे.

जुन्नर गटातली लेणी मूळ बौद्धांच्या हीनयान पंथाची होती. कालांतराने त्यांवर महायान, जैन व ब्राह्मणी म्हणजे वैदिक संस्कार झाले. या लेण्यांत अनेक सुंदर चैत्यगृहे आहेत (चैत्यगृह पाहा). स्थापत्याच्या दृष्टीने इथले सातकर्णी स्तंभ व बौद्ध स्तूप प्रेक्षणीय आहेत. इथे सर्व प्रकारचे स्तूप आढळतात. काही लेण्यांत रंगीत रेखाकृती काढलेल्या होत्या; त्यांपैकी काही अजून चांगल्या स्पष्ट दिसतात.

जुन्नरच्या लेण्यांत एकूण पस्तीस लेख आहेत. बहुतेक लेख किरकोळ दानांचे आहेत. ऐतिहासिक महत्त्वाचा असा लेख एकच असून, तो भीमाशंकर-गटांतील क्रमांक सहा या लेण्यात आहे. महाक्षत्रप नहपान याचा मंत्री अयम वत्सगोत्री याने हे धर्मकृत्य केले, असा उल्लेख या लेखात आहे. नहपान ह्याच्या घराण्याचे नाव क्षहरात, त्याचा राज्य काळ आहे. इ. स. ११९ ते १२५. त्याची सत्ता माळवा, गुजरात, उत्तर कोकण, नाशिक, जुन्नर, राजस्थानचा काही भाग एवढ्या विस्तृत प्रदेशावर असावी. गौतमीपुत्र सातकर्णीने त्याचा पराभव करून परकीय क्षहरातांची सत्ता संपवली.

नहपानाने जुन्नरपर्यंत सत्ता काबीज करून तिथे आपला मंत्री ठेवल्यानंतर (सन १ ले शतक) शक-क्षत्रपांनी आपली सत्ता महाराष्ट्रात लोकप्रिय करण्यासाठी मोठमोठी दाने दिली, लोकोपयोगी कामे केली, सालोसाल सहस्रभोजने घातली, धर्मशाळा बांधल्या, घाट बांधले व धरमतरी ठेवल्या. या त्यांच्या पुण्यकृत्यांचा उल्लेख नाशिक व कार्ले येथील लेखांत आलेला आहे.

परंतु त्यांचे हे सुराज्य फार काळ टिकू शकले नाही. मावळ भागात उदयास आलेल्या सातवाहन घराण्यातील गौतमीपुत्र सातकर्णी याने संघटितरीत्या शक-क्षत्रपांना नाशिकच्या परिसरात पराभूत करून महाराष्ट्रात स्वराज्यस्थापना केली. सातवाहन विजयी झाल्यानंतरच्या काळात जुन्नर परिसरातील सर्व बौद्ध लेण्यांवर ब्राह्मणी संस्कार झाले. लेण्याद्रीतील गणेशाची आणि शिवनेरीवरील शिवाई देवीची स्थापना ही अशीच नंतरच्या काळातील घटना आहे.

क्र. गटसमूह	चैत्यगृहे	विहार व सामान्य खोल्या	अपूर्ण लेणी	पाण्याची कुंडे	शिलालेख
१ तुळजा-लेणी	१	१२	३	२	-
२ गणेश लेणी	२	२८	३	१५	६
३ गणेश लेण्याच्या पूर्वेचा गट	१	७	-	-	-
४ भीमाशंकर गट	१	१७	७	१३	३
५ अंबा-अंबिका गट	१	१७	४	११	१५
६ भूतलेणी	१	१५	५	१४	३
७ शिवनेरी पूर्व गट	२	५१	२	४०	६
८ शिवनेरी दक्षिण गट	१	२१	१	१४	३
९ शिवनेरी पश्चिम गट	-	६	-	६	-
एकूण	१०	१७४	२५	११५	३६

(आधार - प्राचीन महाराष्ट्र - डॉ. श्री. व्यं. केतकर; मुसलमानपूर्व महाराष्ट्र - वा. कृ. भावे; सह्याद्री श्री. स. आ. जोगळेकर, लेणी महाराष्ट्राची - प्रा. प्र. के. घाणेकर).

❑❑

२२ तेर : एक ऐतिहासिक नगरी

अर्वाचीन काळीचा अभ्यास जसा अत्यावश्यक आहे, तसाच ज्ञान, रंजन नि स्फूर्ती यासाठी प्राचीन काळातही डोकावणे आनंददायक असते. म्हणूनच महाराष्ट्रातील एका प्राचीन नगराची माहिती करून घेणे कुणालाही आवडेलच. तगर हे महाराष्ट्रातील अतिप्राचीन नगर होय. धाराशिव म्हणजे उस्मानाबाद जिल्ह्यातील सध्याचे तेर म्हणजेच प्राचीन तगर होय. पण हे प्रथम तर १९०२ मध्ये कझिन्स याच्या लक्षात आले हे गाव तेरणा नदीच्या काठी वसलेले आहे.

येथल्या गढ्यांच्या नि टेकड्यांच्या आसपास प्राचीन विटांचे नि खापरांचे हजारो तुकडे सापडले.

श्री. रामलिंगाप्पा लामतुरे यांचा प्राचीन वस्तुसंग्रह अत्यंत पाहण्यासारखा आहे.

प्राचीन मणी नि नाणीही येथे सापडतात. येथील जुनी घरे पाहिली की प्राचीनत्वाची कल्पना येते.

या वस्तुसंग्रहालयात हास्तिदंताच्या कोरीव मूर्ती, विविध हस्तभूषणे यांचा समावेश आहे. एक महत्त्वाची गोष्ट म्हणजे जेथे सापडलेली एक बाहुली अथवा स्त्रीमूर्ती. ती सात इंच उंचीची आहे. नि अगदी तशीच दुसरी बाहुली इटलीतील प्राचीन पॉपे या गावात सापडली. त्यावरून प्राचीन काळी या नगराचा ग्रीक-रोमन काळाशी संबंध आला होता हे कळते.तसेच ते प्रख्यात कलाकेंद्र होते हेही कळते.

सुमोर दोन सहस्त्र वर्षांपूर्वीपासून तगर हे व्यापारी केंद्र म्हणून गाजते आहे. सातवाहनकाळ हा महाराष्ट्राच्या नि हिंदुस्थानाच्या इतिहासातीलही महत्त्वपूर्ण काळ होय. अनेक अभ्यासकांनी या वैभवशाली काळाचे वर्णन केलेले आहे. शालिवाहन या पराक्रमी राजाचे वर्णन आपण आजही ऐकतो. तर अशा सातवाहनकाळात या नगरातून तलम मलमल, रेशमी कापड, गोमेद, हस्तिदंत इत्यादी मौल्यवान वस्तू भडोच (गुजरात) मार्गे विदेशात जात. त्या काळी भडोचला भृगुकच्छ असे नाव हाते. सातवाहनकाळात हे तगर जुन्नर - पैठण (प्रतिष्ठान) या नगरांशी जोडलेले गेलेले होते. हे सातवाहनकाळात तर प्रसिद्ध होतेच पण तत्पूर्वी असलेल्या मौर्यकाळातही प्रसिद्ध होते. मौर्यकाळात प्रचलित असलेल्या चकचकीत काळी झिलई असलेल्या मातीच्या भांड्यांवरून हे लक्षात येते.

आणखी एक वैशिष्ट्य म्हणजे इथे एक नवाश्मयुगीन दगडी कुऱ्हाड सापडलेली आहे. 'पेरिप्लस ऑफ दि एरिथ्रियन सी' या ग्रंथाचा अनामिक ग्रीक लेखक इसवी सनाच्या पहिल्या शतकात हिंदुस्थानात येऊन गेला. त्याने दक्षिण भारतातील व्यापार, सागरी मार्ग, बंदरे यांविषयी विस्तृत माहिती दिलेली आहे. त्यानेही तगर (तेर) याचा एक मोठे व्यापारी केंद्र म्हणून उल्लेख केलेला आहे. तीच गोष्ट टॉलेमीची. याचा काळ आहे. इ. स. सुमारे ९० ते १६९. हा थोर भूगोलशास्त्रज्ञ, ज्योतिषशास्त्रज्ञ, गणिती नि नैसर्गिक तत्त्वज्ञ होता. हा इजिप्तमध्ये जन्मास आला. यानेही तगरचा व्यापारी केंद्र म्हणून उल्लेख केलेला आहे.

शिलाहार हा महाराष्ट्रातील एक प्रमुख राजवंश होय. सध्याचे प्रसिद्ध शेलार आडनाव हा याचाच अपभ्रंश असे म्हणतात. तर ह्या प्रसिद्ध शिलाहारवंशाने सुमारे इ. स. ८०० ते १२६५ या कालखंडात राज्य केले. महाराष्ट्र आणि कर्नाटक प्रदेशाच्या विविध भागांत त्यांनी राज्ये स्थापली.

त्यांच्या एकूण सहा शाखा होत्या. तर उत्तर कोकणाचे आणि कोल्हापूरचे शिलाहार आपणास 'तगरपुराधीश्वर' असे म्हणून घेत असत. श्री महालक्ष्मी ही शिलाहारांची कुलदेवता होय. महालक्ष्मीला दोन हत्ती आपल्या सोंडेने स्नान घालीत आहेत असे दृश्य खोदलेल्या मुद्रा आणि नाणी इथे उपलब्ध झालेल आहेत.

इ. स. च्या अकराव्या शतकात प्रख्यात जैनमुनी कनकामर ह्यांनी 'करकंडचरिऊ' नामक ग्रंथ लिहिला. देशाटन करीत करीत ते असाइय म्हणजे आशापुरी नामक नगरीत पोचले. म्हणजे सध्याच्या धाराशिव (उस्मानाबाद) जिल्ह्यातले असई हे गाव होय. तर वरील काव्यात त्यांनी तेरापूर येथील लेण्यांचे विगतवार वर्णन केलेले आहे. हे तेरापूर म्हणजेच तेर अथवा तगर होय. असई, तेर आणि धाराशिव ही गावे जवळजवळ असून त्यावेळी ती राष्ट्रकुटांच्या राज्यात मोडत होती. ही प्रख्यात लेणी सध्या धाराशिव लेणी म्हणून ओळखली जातात.

उत्कृष्ट मंदिर शिल्प

प्राचीन मंदिरशिल्प भारताचे वैशिष्ट्य होय. सध्या तेर येथे मंदिरशिल्पाचे काही उत्कृष्ट नमुने आढळतात. येथील श्रीत्रिविक्रममंदिर अत्यंत उल्लेखनीय आहे. त्रिविक्रम हे श्री विष्णूचे एक रूप होय. तीन विक्रम म्हणजे आक्रमणे ज्याची असा श्रीत्रिविक्रम होय. तीन वेळा पृथ्वीला आक्रमिणाऱ्या विष्णूचा उल्लेख ऋग्वेदात आलेला आहे. मनुष्यांना राहण्यासाठी आणि कृषिकर्मासाठी पृथ्वी योग्य व्हावी म्हणून विष्णूने या पृथ्वीचे तीन वेळा आक्रमण केले. काही अभ्यासकांच्या मते

सूर्योदय, मध्यान्ह आणि सूर्यास्त या तीन अवस्थांचे हे वर्णन आहे. ऋग्वेदात उल्लेखिलेल्या या त्रिविक्रमरूपी विष्णूवरूनच पुराणातील वामन कथेचा उगम झालेला आहे. भारतात त्रिविक्रमाच्या अनेक प्राचीन नि उत्कृष्ट मूर्ती अस्तित्वात आहेत. उदा. महाबलिपूरम्, बदामी, वेरूळ लेणी, शेंदुर्णी इत्यादी.

तेर (तगर) येथील स्तूपावरील कमलांच्या आकृती सांची आणि अमरावती स्तूपांवरील आकृतींसारख्या आहेत. येथील चैत्य हत्तीच्या पाठीसारखा आहे.

या मंदिराव्यतिरिक्त श्री उत्तरेश्वरमंदिर नि श्री कालेश्वरमंदिर ही आणखी दोन उत्कृष्ट मंदिरे इथे आहेत. ही मंदिरेही श्रीविक्रममंदिराप्रमाणे मोठ्या आकाराच्या विटांनी बांधलेली असून त्यावरील कलाकुसरीची मकर-तोरणे आता जीर्ण झालेली आहेत. पण आजही ती अत्यंत आकर्षक वाटतात. या मंदिराच्या छतावर उठावाने कोरलेल्या देवदेवतांच्या मूर्ती आणि त्याखालचे स्वैर हंस रेखीव आहेत. डॉ. अ. वि. नाईक नि डॉ. म. के. ढवळीकर म्हणतात की, ''या मंदिराच्या मूळ बांधणीत दगड मुळीच वापरलेला नाही. दारे नि तुळ्या लाकडाच्या आहेत. बारा-तेरा शतकांपूर्वीच्या या मंदिराची लाकडी चौकट कोरीव नक्षीने सुशोभीत बनविलेली आहे. चालुक्यकालीन काष्ठशिल्पाचा हा एक उत्कृष्ट नमुना समजला जातो.

वैदिक काळात यज्ञयागांना प्राधान्य होते. या यज्ञासाठी काष्ठांचाच भव्य मंडप उभारीत. प्रथम साध्या असलेल्या मंडपावर पुढच्या काळात हळूहळू कलाकुसर वाढू लागली. याच मंडप-उभारणीतून पुढे मंदिर उभारणी चालू झाली. मंदिरातही अनेक कारणांसाठी लाकडांचा उपयोग होऊ लागला. घराला व मंदिराला जे लाकूड बसवायचे त्यावर कोणते तरी चित्र असले पाहिजे ही कल्पना दृढ झाली. कलाकार दाराच्या चौकटी, गवाक्षे, खांब इ. लाकडी विभागांवर कोरीव काम करू लागले.

प्रख्यात मराठी संतकवी श्री गोरा कुंभार (१२६७ ते १३१७) हे तेरचे. ज्ञानेश्वरादी संतमंडळीत ते सर्वात वडील होते. म्हणून सगळे संत त्यांना गोरोबाकाका म्हणत. मडकी घडविण्यासाठी माती आणावी, ती मऊ करण्यासाठी तीत नाचावे आणि नाचताना श्री विठ्ठलनामाचा गजर करावा नि त्या आनंदात निमग्न राहावे हा गोरोबाकाकांचा नित्यक्रम होता. गोरोबांची कथा प्रसिद्धच आहे.

'परब्रह्म म्हातारा निवाला अंतरी ।

या मुक्ताताईच्या वचनावरून गोरोबांची योग्यता केवढी मोठी आहे, हे कळून येते.

गोरोबांचे सुमारे ४३ अभंग सर्व संतगाथेत दिलेले आहेत. पण त्यातील काही प्रसिद्ध वाटतात.

या परिसरातील लोकांची श्री गोरोबांवर नितान्त श्रद्धा आहे.

तेर येथेच श्री संत गोरोबाकाकांची समाधी तेरणा नदीच्या काठी आहे. गोरोबांच्या घराची जागा नि जिथे त्यांच्याकडून मूल तुडविले गेले ती जागाही दाखवितात. असे सांगतात की पंढरीस श्री नामदेवांच्या कीर्तनप्रसंगी टाळी वाजविण्याचा प्रयत्न करीत असताना गोरोबांना पुनश्च हात फुटले नि ते मेलेले मूलही रांगत रांगत आले.

प्रतिवर्षी चैत्र वद्य एकादशी ते अमावास्या नि कार्तिक शुद्ध एकादशी या दिवशी येथे यात्रा भरते.

❑❑

२३ त्रिंगलवाडी लेणे

महाराष्ट्रातील एक जैन लेणे. नाशिक जिल्हा. इगतपुरीच्या वायव्येस सुमारे १० किमी. त्रिंगलवाडी ह्या गावात. मध्यभागी ३५ फूट (सुमारे १२ मी) लांबीचा रुंदीचा प्रशस्त मंडप आहे. चार पैकी आता एकच स्तंभ चांगल्या स्थितीत आहे. त्या स्तंभावरचे कोरीव काम उत्तम आहे. प्रवेशद्वाराच्या डाव्या-उजव्या बाजूंना दोन खिडक्या खोदलेल्या आहेत. या खिडक्यांच्या उभ्या-आडव्या पट्ट्यांवर उत्तम नक्षी कोरलेली असून त्यांच्या साध्यांवरील कोरीव कमळे अतिशय नाजूक आहेत.

गाभाऱ्यात १३ फूट (४ मी) उंचीची जिनमूर्ती आहे. एके काळी उत्तम उत्तम लेणे म्हणून ज्याची गणना व्हावयाची, ते हे लेणे हवेच्या दीर्घकालीन परिणामांनी दुर्दशा पावलेले आहे. (भारतीय संस्कृतिकोश, Medieval Temples of the Dakhan, Cousens) .

❑❑

२४ धाराशिव लेणी

मराठवाड्यातील धाराशिव (उस्मानाबाद) गावाजवळचा प्राचीन लेणीसमूह. धाराशिवपासून ५ किमी अंतरावर शैव लेणी आहेत. त्यांना चांभार लेणी म्हणतात. धाराशिवच्या ईशान्येस सुमारे २० किमी अंतरावरील डोंगरात प्रसिद्ध अशी सात जैन लेणी आहेत. दुसरे लेणे महत्त्वपूर्ण आहे. त्याचे बाहेरचे दालन ७८ फूट x १०.४ फूट एवढे प्रशस्त आहे. आठ स्तंभ आणि पाच प्रवेशद्वारे आहेत. आतला सभा मंडप ८० x ८५ असून छत ३२ स्तंभांवर आधारलेले आहे. दोन्ही बाजूंस २२ खोल्या आहेत. मागे गर्भगृह असून त्यात या भगवान श्री पार्श्वनाथ तीर्थंकरांची भव्य प्रतिमा आहे. ३ आणि ४ या लेण्यांतही जिनप्रतिमा आहेत. क्रमांक ३ मधील स्तंभ कलात्मक आहेत. करंकडचरिऊ नामक जैन ग्रंथात या लेण्यांचे वर्णन आढळते.

थोवंतरि तहिं सो चइ आम । करकंडइं दिठ्ठअु लयणु ताम ॥........

अर्थ - पर्वतावर थोडे वर चढून गेल्यानंतर इंद्राने जसे देवविमान पाहावे, तसे करकंडाने ते लेणे पाहिले. त्यात प्रवेश केल्यावर करकंड राजाच्या मुखातून एकदम उद्‌गार बाहेर पडला की ज्याने हे सहस्र स्तंभ असलेले लेणे निर्माण करिवले, तो सुलक्षणी पुण्यवान पुरुष धन्य होय.

करकंड हे भगवान श्री पार्श्वनाथांच्या समकालीन असल्यामुळे जैन लोक हे लेणे इसपूर्व नवव्या शतका इतके लेण्यांमध्ये प्राचीन मानतात.

पेशवाईत या लेण्यांमध्ये हरि नारायण नामक एका सत्पुरुषाने या लेण्यांमध्ये तपश्चर्या केली होती. या लेण्यांच्या परिसरात या सत्पुरुषांच्या भक्तांनी त्यांचे एक मंदिर उभारून त्यात त्यांची मूर्ती स्थापन केली आहे. या संप्रदायाचा एक मठही धाराशिवमध्ये आहे. (भारतीय संस्कृति में जैनधर्मका योगदान, हिरालाल जैन, महाराष्ट्राचे जिल्हे -उस्मानाबाद, भारतीय संस्कृतिकोश).

❑❑

२५ नाणेघाटाची लेणी

नाणेघाटातील लेणी ही महाराष्ट्रातील अतिशय वैशिष्ट्यपूर्ण लेणी होत. या घाटाच्या आणि त्याच्या निकटच्या लेण्यांच्या सध्याच्या अवस्थेवरून त्यांच्या प्राचीन वैभवाची आता नीटशी कल्पना करता येणार नाही. नाणेघाटाचा पायथा कल्याणपासून (जि. ठाणे) ६४ किलोमीटर असून माथा जुन्नरपासून (जि. पुणे) सुमारे ३२ किलोमीटर आहे.

चौल (जि. रायगड), कल्याण (जि. ठाणे) नि शूपरिक (जि. ठाणे) (पश्चिम लोहमार्गावरील सध्याचे नाला सोपारा) या बंदराशी देशभागाचा संबंध सातवाहनकालात मुख्यत्वे याच घाटाच्या द्वारे जुळलेला होता. घाटाच्या पायथ्याशी वैशाखरे (वैश्यगृह), प्रधानपाडा आणि पुलू सोनाळे ही खेडी आहेत. यांपैकी पुलू सोनाळ्याजवळ कणिकर (सुवर्णवाहिनी) नदी आणि अकरा छोटी लेणी आहेत. यापैकी एका लेण्यात श्रीमहिषासुरमर्दिनीची मूर्ती आहे.

घाटाची लांबी ५ किलोमीटर आहे. आणखी एक विशेष म्हणजे वाटेत शिंगरू पठार आणि गणेशस्थल येथे खोदीव रांजण आहेत. घाटमाथ्यावरील चौथऱ्यावरही असेच रांजण आहेत. त्यांना जकातीचे रांजण म्हणतात.

शिंगरू पठारावर एक टाके आहे. वासिष्ठीपुत्र चतुर्पण सातकर्णी याच्या राजवटीच्या तेराव्या वर्षी कामवन येथील दामघोष याने हे टाके खोदविले असा त्यावर लेख आहे. त्याच्या आजुबाजूला अनेक टाकी आहेत. समोर, नानाचा अंगठा या नावाने प्रसिद्ध असलेला सुमारे दीडशे फूट उंचीचा तुटलेला कडा आहे. नाणेघाटाची नळी सुमारे अडीचशे फूट लांब आणि सात ते सोळा फूट रुंद आहे. घाटमाथ्यावर उभे राहिले असता प्रख्यात शिखर कळसूबाईपासून प्रसिद्ध ज्योतिर्लिंग श्रीभीमाशंकरपर्यंत अर्धचंद्राकृती पसरलेला, सह्याद्रीचा सुमारे ९५ ते १०० किलोमीटर्सचा प्रदेश दिसतो.

उत्तरेस हरिश्चंद्रगडाचा प्रचंड चौथरा आणि दक्षिणेत ढाकचा किल्ला, वायव्येस खंडित शिखराची माहुलीश्रेणी आणि नैर्ऋत्येस सिद्धगड आणि मलंगगडाची अणकुचीदार शिखरे, पश्चिमेस सह्याद्रीच्या पायथ्याशी कोकणचे मैदान आणि पूर्वेस कुकडनेरचे उतरते पठार नि जीवधन हडसरचे दुर्ग !

प्राचीन काली परकीय विशेषत: रोमन लोक आपला माल घेऊन कल्याण

बंदरात उतरत आणि तो घोडे, खेचरे किंवा बैल यावर लादून या मार्गावर जुन्नरवरून सातवाहनांच्या पैठण या राजधानीच्या नगरीत जात.

प्राचीन काळी हा घाट एखाद्या दुथडी भरून चाललेल्या नदीसारखा दिसत असावा म्हणूनच टॉलेमीने याचा उल्लेख ननगुण नदी असा केला आहे.

घाटाच्या नळीच्या दोन्ही बाजूंना अनेक लहानमोठी लेणी आहेत. घाटातून येणाऱ्या-जाणाऱ्या वाटसरूंसाठी निवाऱ्याची जागा म्हणून याचा उपयोग होत होता. या लेण्यांपैकीच एका विस्तीर्ण दालनात सातवाहन राजकुलाचे देवकुल आहे. दालनाच्या एका भिंतीवर देवी नागनिका हिचा लेख आहे, आणि पाठभिंतीत सातवाहन राजवंशातील आद्यपुरुष आणि त्यांचे आप्त म्हणजेच सातवाहन सम्राज्ञी नागनिका, सम्राट सिरिसातकर्णी आणि युवराज स्कंदश्री यांच्या मूर्ती आणि नामलेख आहेत. अक्षरवाटिकेवरून हे लेख इ. स. पू. तिसऱ्या शतकाच्या उत्तरार्धातील आहेत असे दिसते.

नाणेघाटातील राजपुरुषांच्या प्रतिमा उद्ध्वस्त झालेल्या आहेत. काही प्रतिमांचे पाय तेवढे अजून शाबूत आहेत. प्रतिमांवर कोरलेली नावे आणि बाजूचा नागनिकेचा शिलालेख मात्र अजून शिल्लक आहे.

नाणेघाटातील लेणी म्हणजे महाराष्ट्रातील ऐहिक स्थापत्यकलेचा एक नमुना आहे. आणि खुद्द नाणेघाट हा सातवाहन नृपतींनी घडवलेले सार्वजनिक स्थापत्याचे पहिले उदाहरण आहे.

या घाटात ज्यांच्या प्रतिमा आहेत त्याच महात्म्यांनी महाराष्ट्राचे महात्म्य प्रथम प्रस्थापित केले.

नाणेघाटातील देवकुलात प्रतिमांच्यावर कोरलेले सहा लेख आहेत. क्र. २ चा लेख असा - देचि नायनिकाय स्थों च सिरि सातकनिनो'

याच देवकुलात तीन भिंतीवर नागनिकादेवीचा शिलालेख कोरलेला आहे. हा लेख खूपच मोठा आहे. मधली अक्षरे फुटली आहेत वा उडून गेली आहेत. या लेखातील काही ओळी अशा (सिंध) नो धंमस नमो इंदस नमो संकसन वासुदेवानं चंद्र सूरान (महि) मा (व) तानं चतुनं लोकमालानं यम-वरून-कुबेर-वसवान नमो कुमारवरस खं (दं) सिरिस र (यो). या लेखांची भाषा महाराष्ट्री प्राकृत असून लिपी सातवाहन ब्राह्मी आहे. दक्षिणपंथपती सातकर्णी आणि देवी नागनिका यांनी केलेल्या यज्ञांतील दानांचा उल्लेख या लेखात आहे. हा शिलालेख इ. स. पू. दुसऱ्या शतकातील आहे. सातवाहनकाळातील बहुतेक लेणी ही बौद्ध संप्रदायाची आहेत. नाणेघाटातील सातवाहनाच देवकुल हेच एकमेव लौकिक वास्तुशिल्पाचे

उदाहरण आहे. बाकी सर्व लेणी ही धार्मिक उद्दिष्टांनी आणि प्रेरणेने कोरलेली आहेत. नाणेघाटातील सातवाहनांच्या लेखाचे आणखी एक महत्त्व असे की भारतवर्षात अंकलेखनाची पद्धत केव्हापासून प्रारंभित झाली हे नक्की सांगता येत नाही. ती ऋग्वेदकाळाइतकी जुनी निश्चितच आहे तसेच अशोकाच्या सिद्दीपूर, सहस्रराम आणि रूपनाथ येथील शिलालेखात २००,५० आणि ७६ हे अंक आढळून येतात आणि दक्षिणेकडे नाणेघाटातील सातवाहन सम्राज्ञी नागनिकेच्या लेखात इतर अंक तर आले आहेत. परंतु २०,००० ही सर्वात मोठी संख्या आलेली आहे.

सातकर्णीची राणी देवी नागनिका हिची भारतवर्षातील स्वतंत्र गणना होईल. एका महारठी वणकसिरो नामक सरदाराची नागनिका ही कन्या. वेदिश्री, सतिश्री, हकुश्री हे तिचे पुत्र. सातकर्णी मृत्यू पावला तेव्हा कुमार वेदिश्री हा लहान होता. त्या वेळी आपल्या पित्याच्या साहाय्याने देवी नागनिकेने साम्राज्याचा कारभार उत्तम चालविला.

देवी नागनिकेचा लेख गुहेच्या तीन बाजूच्या भिंतीवर लिहिला असून लेखाचा प्रारंभ भूमीपासून १.५ मीटर उंचीवर आलेला आहे. लेख वीस ओळींचा आहे. अक्षरांची घाटणी अशोककालीन लिपीपेक्षा थोडी बसकट असून 'व' आणि 'प' ही अक्षरे थोडी कोनाकडे झुकली आहेत. अशोकानंतर इतक्या संख्या असलेला हा भारतातील सर्वांत प्राचीन लेख आहे.

या लेखात नागनिकेने केलेल्या यज्ञांची नावे आहेत नि त्या प्रसंगी दिलेल्या दानाचा उल्लेख आहे. राणीने केलेले हे महान कार्य जनतेपुढे सतत राहावे या इच्छेने व्यापारी मार्गावर हा लेख कोरला असावा.

हा लेख ऐतिहासिकदृष्ट्या अतिशय महत्त्वाचा आहे. (पुराभिलेखविद्या) यात नागनिकेला गृहतापसी, चेरित ब्रह्मच्या अशी विशेषणे लावलेली आहेत. सातकर्णीला समुद्रवलयांकित पृथ्वीचा प्रथम वीर म्हटलेले आहे. लेखात प्रारंभी प्रजापती धर्म वासुदेव, चंद्र, सूर्य, कुबेर, इंद्र यांना वंदन केले. देवाच्या या सर्वात प्राचीन वासुदेव संप्रदायाच्या महाराष्ट्रातील प्रसाराचेही यामुळे ज्ञान होते.

या लेखामुळे यज्ञसंस्थेचे महत्त्वही स्पष्ट होते. अश्वमेघ, अग्न्याधेय, अतिरात्र, आप्तोर्याम, दर्शपूर्णमास, राजसूय इ. कितीतरी यज्ञांचा उल्लेख आहे. यांचे सोन्या-चांदीचे अलंकार, कार्षापणे, गाई, धान्य यांचे यज्ञप्रसंगी राणीने दान केलेले आहे. त्यावरून त्यांचे ऐश्वर्य समजते. कार्षापण आणि प्रसर्पक ह्यानाण्यांचा सर्वात प्राचीन उल्लेख नाणकशास्त्राच्या दृष्टीनेही महत्त्वाचा आहे.

❑❑

२६ नाशिकची पांडव लेणी

नाशिक हे प्रमुख महानगर आणि पुण्यक्षेत्र होय. नाशिकच्या नैर्ऋत्येस अंजनगिरी पर्वताच्या रांगेन शंकूच्या आकाराचे तीन डोंगर दिसतात. त्यांना त्रिरश्मी असे नाव त्यामुळेच पडलेले आहे. त्यातील मधल्या डोंगरावर पूर्वाभिमुख अशी काही लेणी कोरलेला आहेत. ही लेणी सनपूर्व ११० वर्षे कृष्ण किंवा कान्ह या राजाच्या राजवटीत खोदली गेली. क्रमांक ४ ते १४ या गुहा इ. स. ५ पर्यंत हकुश्री, गौतमीपुत्र सातकर्णी आणि वासिष्ठीपुत्र पुलुमायी यांच्या राजवटीत निर्माण झाल्या. १,२,३,८ आणि २०या गुहा इ. स. ५० पर्यंत निर्माण केल्या गेल्या. इ. स. ४०० ते ६०० पर्यंतच्या काळात २, १५, १६, २० आणि २३ या गुहांमध्ये बदल करण्यात आला.

सातवाहन कुलातील गौतमीपुत्र सातकर्णी हा अतिशय थोर राजा. त्याने शक-क्षत्रपांचा उच्छेद केला आणि महाराष्ट्र फिरून स्वतंत्र केला. त्याची महाकृत्ये नमूद करणारा त्याची माता महादेवी गौतमी बलश्री हिचा शिलालेख क्र. ३ या लेण्यात कोरलेला आहे. गौतमी हे तिचे गोत्रनाम असून बलश्री हे तिचे स्वतःचे नाव होते. तिला आपल्या पराक्रमी पुत्राचा - गौतमीपुत्राचा - यथार्थ अभिमान होता. स्वतः विषयीची नि त्याच्या विषयीची माहिती तिने लेखात कोरून ठेवलेली आहे. यावरून क्र. १० या लेण्याला 'नहपान विहार' आणि क्र. ३ या लेण्याला 'गौतमीपुत्र-विहार' अशी नावे देण्यात आलेली आहेत.

नहपान विहारचे मध्यवर्ती दालन सुमारे ४५ फूट औरस चौरस लांबी रुंदीचे नि १० फूट उंचीचे आहे. दालनाच्या तिन्ही बाजूंना मिळून १६ खोल्या खोदलेल्या आहेत. पाठभिंतीवर अर्धा उठाव आहे. त्याला भैरवमूर्तीचे रूप देण्यात आलेले आहे. चैत्याच्या बाजूच्या नर्तिकी आणि वरची हर्मिका (सौध गच्ची) कायम आहेत. मध्यवर्ती दालनासमोर आगाशी (गच्ची) आहे. आगाशीच्या आघाडीला चार पूर्व आणि दोहो बाजूस अर्धे सालंकृत सातकर्णी खांब आहेत. या स्तंभांच्या अग्रभागावर आडव्या तुळईलगत पशूंच्या प्रतिमा खोदलेल्या आहेत.

गौतमीपुत्र विहाराचा विस्तार जवळजवळ एवढाच आहे. दालनाच्या तिन्ही बाजूस मिळून अठरा खोल्या आहेत.

नहपान विहाराचे स्तंभ अधिक डौलदार आहेत. हे स्तंभ हराणी धर्तीचे नि

षट्कोनी आहेत तर गौतमीपुत्र विहाराचे स्तंभ अष्टकोनी आहेत. या विहारात खोदीव कठडे बसविलेले आहेत. महादेवी बलश्रीच्या लेखात या लेण्याला विमान म्हटलेले आहे. या विहार-विमानाचा भार वाहणारे सहा चण्ड यक्ष ओट्याच्या तळालगत खोदलेले आहेत. शिल्पकाराचे वैशिष्ट्य असे की या यक्षांना होत असलेल्या श्रमांची कल्पना त्यांच्या आविर्भावावरून होते.

गौतमीपुत्र-विहाराचे प्रवेशद्वार सालंकृत आहे. येथील शिल्पकारांनी ही कल्पना सांची तोरणावरून घेतलेली दिसते.

गौतमीपुत्र नि नहपान विहारातील शिलालेख विशेष महत्त्वाचे आहेत.

गौतमीपुत्र सातकर्णीच्या निधनानंतर १९ वर्षांनी वासिष्ठीपुत्र पुलुमावीच्या राजवटीत गौतमी बलश्रीने जो विस्तृत लेख कोरलेला आहे त्यात ती म्हणते,

"(गौतमीपुत्र) सातकर्णी हा हिमालयासारखा थोर होता. त्याचे राज्य ऋषीक (खानदेश), अश्मक (गोदातीर), मुळक (पैठणजवळचा प्रदेश), सुराष्ट्र, कुकुरा (राजस्थान), अपरान्त (कोकण), अनूप, विदर्भ, माळवा इ. प्रदेशांवर होते. विंध्य, ऋक्षवान (सातपुडा), पारियात्र (अरवली), सह्याद्री, कृष्णगिरी, मलय, श्वेतगिरी, चकोर, इ. पर्वतांचा तो स्वामी होता. तो अत्यंत देखणा होता. तो उदार, मातृभक्त धमार्थकामांचे योग्य आचारण करणारा, पराक्रमी, धर्मनिष्ठ, असा होता. नहापान विहारातील शिलालेखात उषवदानाने केलेल्या दानधर्माचा उल्लेख आहे."

क्रमांक २० च्या लेण्यात गौतमीपुत्र श्रीयज्ञश्री सातकर्णी याचा लेख आहे. हाही फार प्रख्यात राजा होऊन गेला. त्याचे लेख आणि नाणी मोठ्या विस्तीर्ण परिसरात सापडलेली आहेत. त्याचे साम्राज्य पूर्वसागरापासून पश्चिम सागरापर्यंत पसरले होते. त्याच्या बडोदे भागातील नाण्यांवर जहाजाचे चित्र आढळते. यावरून त्याची सत्ता सागरावरही होती असे दिसते. यज्ञश्री हा सातवाहनकुलातील अखेरचाच मोठा राजा होय. त्याने सौराष्ट्रातील शक-क्षत्रपांचा मोड केला. तर या लेण्यातील स्तंभ स्वतंत्र धर्तीचे आहेत. प्रतीक आणि अलंकार कोरण्याची प्रथा या वेळपर्यंत नष्ट होऊन त्यांवर येथून पुढे पर्णपुष्पांची आणि भिन्न आकृतीची नक्षी खोदण्यात येऊ लागली.

सुमारे २००० वर्षांपूर्वीचा महाराष्ट्राचा, पश्चिम भारताचा इतिहासच, एकप्रकारे सांगणारी ही लेणी प्रेक्षणीय आहेत.

या लेण्यातील काही शिलालेख असे – ''नासिककानां धांभिकं ग्रामस्य दानं !''

अर्थ – नासिकच्या लोकांनी दिलेले धांभिक या गावाचे दान.

''शालिवाहनकुले कृष्णे राजनि नासिककेन श्रमणेन महामात्येन लयनं कारितं।''

अर्थ – शालिवाहनकुलात कृष्णराजा राज्य करीत असता नासिक येथे राहणाऱ्या (त्याच्या) श्रमण महामात्याने लेणे करविले.

लेणे, लयन हा शब्द प्रथम याच लेण्यात पाहावयास मिळतो.

❑❑

२७ पन्हाळे लेणी (जि. रत्नागिरी)

दापोली-खेड रस्त्यावर असणाऱ्या वाकवली गावातून गेले तर ३० कि. मी. आणि दापोली-दाभोळ रस्त्यावर असणाऱ्या तेरेवायंगणी मार्गे १८ कि. मी. अंतरावर पन्हाळे हे गाव आहे.

प्रणालक दुर्गाच्या दक्षिण भागात गौर लेणे हा डोंगरकुशीत असणारा भाग आहे. मठवाडी ह्या नावाने ओळखल्या जाणाऱ्या तीन लेण्यांचा समूह दक्षिणाभिमुख आहे. पैकी मधल्या लेण्यात शिवलिंग आहे.

लेण्यांच्यामध्ये एक खोल प्रांगण आहे व त्याच्याच कडेने ही लेणी आहेत. प्रांगणाच्या दक्षिणेस भिंतीमध्ये एक थोरला कोनाडा आहे. त्यात लक्ष्मी, गणेश नि सरस्वती यांच्या मूर्ती कोरलेल्या आहेत. तर समोरच्या भिंतीत मुख्य लेणे आहे. तेथील त्रिपुरसुंदरीचे शिल्प वेधक आहे. त्रिपुर सुंदरी ही एक देवता आहे. श्री आद्य शंकराचार्य हे त्रिपुरसुंदरीचे अनन्य भक्त होते. त्यांनी गुणगान करणारी सुंदर स्तोत्रे रचलेली आहेत. उत्तरेस कड्यावर असणाऱ्या भिंतीवर भैरव व हनुमान यांच्या मूर्ती कोनाड्यात कोरल्या आहेत.

कोटजाई अन् धाकटी यांच्या संगमाजवळ २८ लेण्यांचा समूह आहे.

दुसऱ्या क्रमांकाच्या लेण्यात सात मानुषी बुद्ध कोरले आहेत. सहाव्या लेण्यात नागफण्याने अलंकृत केलेले स्तंभशीर्ष पाहण्याजोगे आहे. आठव्या लेण्यात अक्षोभ्याची डोकेविरहित भग्न मूर्ती आहे. दहाव्या लेण्यात महाचंडशेषणाची मूर्ती हत्ती व सिंह असलेल्या रथावर कोरलेली आहे. अक्षोम्य म्हणजे ध्यानी बुद्धीपैकी दुसरा बुद्ध - अमिताभ याच्या खालोखाल अक्षोम्याचे स्थान आहे. याच्या मूर्ती आणि चित्रे उत्तर भारतात सर्वत्र आढळतात.

१९ वे लेणे तेथे असणारे शिवलिंग, त्याभोवतालचा प्रदक्षिणापथ, देवकोष्ठ यामुळे लक्षात राहते. छतावर कमळ, रामायण-महाभारतातील प्रसंग असणारे शिल्पपट कोरलेले आहेत. २१ व्या लेण्यात गणपतीची विशाल मूर्ती आढळते. हेच गणेशलेणे. २२ व्या लेण्यात समोरासमोरच्या भिंतीवर गणेश व सरस्वती कोरलेल्या आहेत. तर तिसऱ्या भिंतीवर नाथयोगी कोरला आहे.

हे मंदिर व लेणीसमूह यापासून थोड्या अंतरावर तारामती शिखराच्या पोटात आणखी एक लेणीसमूह आहे. त्यामध्ये पुरुषभर उंचीची देखणी गणेशमूर्ती ठळकपणे लक्षात राहते. त्यावरूनच या छोट्या लेणीसमूहाला गणेशलेणी म्हणतात.

❑❑

२८ पातुर

विदर्भातील बाळापूर तालुक्यात हे एक नगर आहे. ते निर्गुणा नदीच्या काठी वसलेले आहे. या गावात पातुर नावाच्या एका अवलियाची कबर आहे. हिंदू आणि मुसलमान दोघेही त्या अवलियाला भजतात. याव्यतिरिक्त इथल्या डोंगरात बरीच बौद्ध लेणी आहेत. त्या लेण्यांमधून बरेच अस्पष्ट शिलालेखही आहेत. गावाच्या वेशीवरही असे शिलालेख आहेत.

(विशाल मुंबई राज्य परिचय - प्रसाद प्रकाशन भारतीय संस्कृतिकोश.)

❑❑

२९ पाले लेणी (जि. रायगड)

ही लेणी थोडी उपेक्षित आहेत. महाडच्या जवळ, मुंबई - गोमंतक महामार्गावर पाले किंवा गांधार पार्ट नामक छोट्याशा वस्तीजवळ ही लेणी आहेत. उंची ६० मीटर्स. एकूण २८ लेणी आहेत. आश्चर्य म्हणजे प्राचीन ग्रंथ पेरिप्लस ऑफ एरिथ्रियन सी ह्यात पालाई, पटभाई असा उल्लेख आहे. विष्णु पुलित राजाच्या काळात इ. स. १३० च्या सुमारास हा खोदण गेली असावीत.

येथील बहुकोणी स्तंभ, अर्धव्यक्त चौकोनी खांबांवरची (पिलॅस्टर्सवरची) घटिकायंत्र पद्धतीची (आवर ग्लास) वैशिष्ट्यपूर्ण नक्षी ध्यानात राहते. येथे अलंकारिक खोदकाम किंवा रंगविलास नाहीत. थोडक्यात स्तूप, बुद्धमूर्ती, डमरूवाला, ... भिंतीजवळ कोरलेले बाक, कोरीव मूर्ती आदी गोष्टी पाहण्यासारख्या आहेत.

❑❑

३० पालपेश्वर लेणी (वाई, जि. सातारा)

सातारा जिल्ह्यातील वाई ह्या ऐतिहासिकदृष्ट्या महत्त्वाच्या गावाजवळ दोन लेणीसमूह आहेत. वाईच्या उत्तरेस पालपेश्वर हा हीनयानपंथी बौद्ध लेणीसमूह अधिक प्रसिद्ध आहे. येथील स्तूपालाच शिवलिंग समजून तेथे दर श्रावण-भाद्रपदात वाई व परिसरातील भाविक त्याच्या दर्शनाला गटागटाने जातात. या संघशः दर्शनात जे गट आहेत त्यांना द्वारे असे म्हणतात.

अतिपूर्वेच्या गुहेत विहार आहे. मंडप, तीन खोल्या व पाण्याचे टाके तेथे आहे. दुसऱ्या गुहेत चैत्य आहे. तेथे बसण्यासाठी मंडप, त्यात दगडी ओटे किंवा बाके आहेत. भिंतीत खिडक्याही आहेत. मंडपाच्या मागे व उजव्या बाजूस मिळून सहा खोल्या आहेत.

हऱ्या रामोशाच्या गुहा

वाईच्या दक्षिणेस बावधन नावाचे गाव आहे. वाईहून बावधनला जाताना एका डोंगराला वळसा घालावा लागतो. त्या वळसा घालण्याच्या जागीच पायथ्यापासून १०० मीटर उंचीवर एक पूर्वाभिमुख व एक दक्षिणाभिमुख अशा गुहा आहेत. याही हीनयान पंथीयांच्या लेणी आहेत.

पाचगणीजवळच्या कार्तिकस्वामींच्या गुहा किंवा राजपुरी गुहा

वाई-महाबळेश्वर रस्त्यावर वाईपासून आठ कि. मी. अंतरावर केदारेश्वर शिवालय दांडेघर नावाच्या गावी आहे. तेथील आंब्याला अश्विनात मोहोर येतो. पुढे पाचगणी गाव सड्यावर टेबल लँडवर ईशान्येच्या बाजूस आमराळे नावाचे गाव आहे. त्या गावात पेशवाईतील सावकार अनगळ यांनी उभारलेले शिवमंदिर आहे. सड्याच्या पूर्वभागात राजपुरी नावाचे गाव आहे. या खेड्याच्या पूर्वेस थोडा सडा उतरून गेले की, काही खोली व गुहा आहेत. या वैदिक वा ब्राह्मणी गुहा आहेत.

❑❑

३१ पितळखोरे लेणी

पितळखोरे हे ठिकाण औरंगाबाद जिल्ह्यात कन्नड या गावाच्या पश्चिमेस सुमारे २४ किलोमीटर आणि चाळीसगावच्या दक्षिणेस १९ किलोमीटर अंतरावर आहे.

येथे बैतलबारी नावाचा किल्ला आहे. २६ x २४ फूट आकाराचा नि आठ स्तंभांनी आधार दिलेला विहार आहे. बैतलबारीच्या पूर्वेस ३ कि. मी. वर गणेशखोरे नावाची दरी आहे. येथील गुंफा रुद्रशिव महादेवाला समर्पिलेली आहे. प्रवेशद्वार काहीसे बांधलेले आहे. काहीसे बोगद्यातून आहे. पाच फूट उंचीचे दोन द्वारपाल येथे दिसतात. आत शिवलिंग आणि नंदी तसेच खडकात कोरलेल्या गणेश, वीरभद्र आणि नृसिंह यांच्या मूर्ती दिसतात.

पितळखोरे लेण्यातील काही गुंफा दुमजली आहेत. वर जाण्यास भुयारातून पायऱ्या खोदलेल्या आहेत.

मुख्य गुंफा म्हणजे ८५ x ३५ फूट आकाराचा चैत्य आहे. त्याचा पुढील भाग आता अवशिष्ट नाही, पण मधल्या भागात ३५ स्तंभ आहेत. त्यातील २५ च स्पष्ट दिसतात. हे स्तंभ अष्टकोनी आहेत. या स्तंभावर धवल, कृष्ण, रक्त आणि तपकिरी वा पिंगट (उदी) रंगात रंगविलेली बौद्ध संतांची चित्रे आहेत. या संतांनी शुभ्र वस्त्रे परिधान केलेली आहेत. येथेच दोन शिलालेख आहेत, पण आता ते अस्पष्ट झालेले आहेत. घुमटाकृती छप्पर साडेचाळीस फूट उंचीचे आहे.

भोवतालची दालने पाहिली की अजंठा लेणे क्र. १० ची आठवण होते. दोन्ही लेणी समकालीन दिसतात. संपूर्ण छत सिंहासनाधिष्ठित नि वर छत्र असलेल्या बुद्धमूर्तींनी चितारलेले, सजवलेले आहे. मुंडन केलेली मुले व बुटक्या मूर्ती गुडघे टेकून वंदन करताना दिसतात. स्त्री-पुरुष आकृतीही दिसतात. स्त्रीरूपे अगदी देखणी आहेत. काहींचं काळे कुरळे केस स्पष्ट दिसतात. या चित्रांचा काल गुहांपेक्षा अर्वाचीन दिसतो.

या चैत्याच्या पश्चिमेला नि पूर्वेला मिळून चार विहार आहेत. पश्चिमेकडच्या दोन्ही विहारांच्या पुढच्या बाजूची पडझड झालेली आहे. परंतु तरीही गवाक्ष, कोनाडे यांचे शल्प टिकून आहे. सभागृहाचा आकार ४८ x २३ फूट आहे. भिंतीतील बारा नि सुट्या बारा स्तंभांनी हे सभागृह द्विभागलेले आहे.

तीन बाजूंना लहान लहान खोल्या आहेत. नि मागील भिंतीच्या बाजूला सात लहान खोल्या आहेत. त्यातील पाच खोल्यांना जाळीदार खिडक्या आहेत. प्रत्येक दारावर नि खिडकीवर सुशोभीत चैत्य-गवाक्ष आहेत. अजंठा गुंफा क्र. १२ चे येथील गुंफेशी असलेले साम्य लक्षणीय आहे. खोदलेल्या पशूंच्या चित्रांची रांगही पाहात राहावी अशी आहे. या पशूंमध्ये आपणास सिंह, लांडगे दिसतील नि काही प्राणी ओळखता येणार नाहीत. काही हत्तींसारखे दिसतील. सांची येथे असेच दृश्य पाहावयास मिळेल. पण पश्चिम भारतात अशी चित्रे फारशी नाहीत. कुणी म्हणतात यावर इराणी वा असीरियन प्रभाव दिसतो. येथे शिलालेखही पुष्कळ आहेत. पूर्व आणि पश्चिम बाजूंना प्रत्येकी तीन लहान खोल्या आहेत. येथून वर जाता येईल. वर ३४ x २२ फूट मापाची विस्तृत खोली आहे. तिच्याभोवतीही छोट्या खोल्या आहेतच.

३९ x ३३ फूट आणि ३३ x ३० फूट अशा आकाराचे आणखी दोन विहार आढळलेले आहेत. त्यांच्याही भोवती खोल्या आहेत.

चैत्याच्या पूर्वेस असलेली गुंफा ११० x २४ फूट आकाराची आहे, पण विशेष सजविलेली नाही. पितळखोर येथील गुहा खूपच प्राचीन असाव्यात.

चैत्य लेणे क्रमांक ३ आणि विहार लेणे क्रमांक ४ यांचा दर्शनीय भाग पाहावा. येथील चैत्याच्या स्तंभावर पैठण येथील गंधिक कुलातील मितदेव आणि पैठणच्याच संघकपुत्र यांचे दानलेख आहेत. कलते आणि निमुळते अष्टकोनी खांब, अर्ध वर्तुळाकृती छताला बसविलेल्या लाकडी तुळ्या ही प्राचीन चैत्याची गमके येथेही दिसतात. चैत्यांवरील स्तंभांवर आणि भिंतीवर उत्तरकालीन महायानपंथीय चित्रकलाही पाहावयास मिळते. या लेणी इ. स. पू. तिसऱ्या शतकाच्या उत्तरार्धातील आहेत.

चैत्यलेणे क्र. ३ मधील पायऱ्यांच्या दोन्ही बाजूस कोरलेले असून त्यात दोन यक्ष भारवाहक नि पंख असलेला अश्व दाखविलेला आहे. यक्षाचे कान शंखाकृती आहेत.

विहार लेणे क्र. ४ मधील विहाराच्या प्रवेशद्वाराजवळ चौथऱ्यातील गजधर सबंध विहाराला पाठीवर उचलून धरीत आहे, असा संकेत. प्रत्येक गजापुढे अंकुशधारी माहुत होते, ते आता तेथेच कलथून पडलेले आहेत. हे हत्ती अलंकारयुक्त असून त्यांच्या दोन्ही बाजूंना घंटा लोंबताना दिसतात. प्राचीन भारतीय वास्तुशिल्पातील चौथऱ्यावर दाखविलेला हा पहिला गजधर आहे. हीच परंपरा पुढे कार्ले, कुडे, अजिंठा, वेरूळ आणि हळेबीड येथे विकसित झालेली आहे.

या लेण्याच्या प्रवेशद्वारावरील दोन द्वारपाल दर्शनीय आहेत. भाला आणि ढाल धारण करणाऱ्या या द्वारपालांची वेशभूषा लक्षवेधी आहे. शिरोभागीच्या फेट्याची रचना, कर्णकुंडले, केयूरे आणि अंगावरची वस्त्रेही वैशिष्ट्यपूर्ण आहेत. शुंगकालातील शिल्पकलेशी यांचे विलक्षण साम्य आहे. (इ. स. पू. २ रे शतक). दाराच्या वरील कमानीत पूर्वी गजलक्ष्मीचे चित्र होते. बाजूचे गज आणि किन्नर मात्र दिसत आहेत. दाराच्या चौकटीवरील नक्षीकाम हे त्रिरत्नांच्या (बुद्ध, धर्म आणि संघ) मालेत केले आहे. डावीकडील भिंतीवर नागफणी कोरलेली असून तिचा उपयोग विहारातील जमलेले पाणी बाहेर काढण्यासाठी कारंजासारखा केलेला आहे.

खेळणा नदीच्या काठावरील, भोकरदन नगराजवळचे लेणेही पाहावे. येथे स्तंभयुक्त सभागृह नि सात खोल्या आहेत. गजराज – वनराज द्वंद्वयुद्ध, मनुष्य – अस्वल द्वंद्व आदी शिल्पे पाहण्यासारखी आहेत.

कलेचे किंवा शिल्पकलेचे उदाहरण म्हणजे इ. स. पूर्व दोनशे वर्षांपूर्वीचे असलेले पितळखोरे लेणे, महाराष्ट्रातील प्राचीन लेण्यांत त्याची गणना होते. या लेण्यांच्या कलावैभवाचा डॉ. म. न. देशपांडे यांनी सविस्तर अभ्यास व संशोधन केले आहे. हे प्राचीन पित्तलिंगया त्या काळी व्यापारी मार्ग दक्षिणापथाचे एक महत्त्वाचे स्थान होते.

या लेण्यात सापडलेल्या एका पुतळ्याचे शिल्पशास्त्रीयदृष्ट्या अतिशय महत्त्व आहे. भारतातील जे महत्त्वाची व कलात्मक यक्ष पुतळे मिळाले आहेत, त्यामध्ये पाटणा येथील यक्षाची गणना होते. महामयुरी या बौद्धधर्मीय ग्रंथांमध्ये काही यक्षांची नावे व राहण्याची ठिकाणे सांगितली आहेत. त्या यादीत या यक्षाचे नाव शंकरीन असे असून तो पितलिंगया येथील राहणारा आहे असे म्हटले आहे. कलेच्या दृष्टीने अप्रतिम असलेल्या या शंकरीन यक्षाच्या हातावर लेख आहे; व त्यावर कलाकाराने आपले नाव कोरले आहे. भारतीय कलाकार आपल्या कलाकृतीवर सहसा आपले नाव कोरीत नाहीत, परंतु त्याला ही मूर्ती अपवाद आहे. या यक्षमूर्तीचे वर्णन पाहू या. यक्षाच्या मूर्तीच्या गळ्यात बौद्धधर्मीय चिन्हाचे ताईत आहेत. गळ्यात टपोऱ्या मण्यांची माळ आहे. हे यक्ष महाशय स्थूलही म्हणता येणार नाहीत, परंतु दांडगेश्वरही नाहीत, किंचित दबून चालण्याची त्याची ढब डोळ्यात भरते. मिस्किल–हसतमुख दिसणारा चेहरा. यक्षाची केशभूषा अतिशय वेधक आहे. कपाळाभोती दोन रांगांत केसांची गुंडाळी करून बसवली आहे. छोटीशी वेणी घातली आहे. हल्ली ती मूर्ती राष्ट्रीय संग्रहालय, दिल्ली येथे आहे. भारतीय शिल्पातील सातवाहनकाळातील हा एक उत्कृष्ट शिल्पाचा नमुना आहे,

असे मत डॉ. म. न. देशपांडे यांनी प्रतिपादले आहे. डॉ. म. श्री. माटे यांच्या मते प्राचीन भारतीय मूर्तीकामाचा हा एक उत्कृष्ट नमुना आहे, तर या यक्षाचा चेहरा वांशिक उत्पत्ती दर्शविणारा आहे, असे डॉ. शां. भा. देवांचे म्हणणे आहे. या मूर्तीचा कलाकार कृष्णदास सोनार हा केवळ एकाच कलेने अजरामर झाला आहे, असे म्हणावयास हरकत नाही.

याच पितळखोरे लेण्यातील आणखी एक अप्रतिम शिल्प म्हणून गणले गेले आहे; व ते आहे राजा - राणी शिल्प. या राजदंपतीने प्राचीन भारतीय शिल्पकला क्षेत्रात एक आगळेच महत्त्व प्राप्त करून घेतले आहे. शास्त्रज्ञांच्या मते पुढे अत्यंत लोकप्रिय झालेल्या शिवपार्वतीच्या मूर्ती म्हणजे या पितळखोऱ्याच्या राजदंपतीचा आविष्कार होय. राजदंपतीचे हे शिल्प, शिल्पशैली व रूपके या दृष्टीने अप्रतिम आहे. या शिल्पाची रचनात्मक मांडणी अतिशय समृद्ध आहे. सुशोभित अष्टकोनी मंचकावर एकमेकांच्या खांद्यावर हात ठेवून राजा आणि राणी बसलेले आहेत. राजाच्या बाजूला राणी मंचकावर बसलेली आहे. उजवा हात राणीच्या खांद्यावर टाकला आहे. तर राणीचा उजवा हात राजाच्या खांद्यावर टाकला आहे, ती राजाला रेलून बसली आहे. हे शिल्प एखाद्या जातककथेवर आधारित असावे असे वाटते. (महाराष्ट्रातील उपेक्षित दुर्गांचा इतिहास - प्रा. डॉ. जी. बी. शहा).

या लेण्यातील शिल्पामधील अनेक वैशिष्ट्ये नजरेत भरतील इतकी स्पष्ट आहेत. द्वारपालाची वेशभूषा हा चर्चेचा विषय ! ही संपूर्ण भारतीय वेशभूषा आहे. तिचे प्रतिबिंब स्थानिक वंजारी समाजाच्या वेशात आढळून येते. स्त्री द्वारपाल हेही एक वैशिष्ट्यपूर्ण शिल्प आहे.

पितळखोरे लेण्यात चित्रकला आहे, एवढेच काय तर शिल्पही रंगविले होते असे आढळून येते. चित्रकाम नंतर करण्यात आले, असे तज्ज्ञांचे मत आहे. जी काही शिल्लक असलेली चित्रकला आहे, ती कला अजिंठ्याच्या चित्रकले - इतकीच कलात्मक व उत्तम दर्जाची आहे, असे मत पहिले भारतीय पुरातत्व विभागाचे प्रमुख डॉ. दीक्षित यांचे आहेत. बौद्धप्रतिमा व स्त्रियांची केशभूषा म्हणजे चित्रकलेचा एक नवा आविष्कार आहे. दुर्दैवाने आज ही कला नष्ट होण्याच्या मार्गावर आहे. तिचे संवर्धन होणे अत्यंत जरूरीचे आहे. असे वाटते हा पूर्वी यक्ष-किन्नरांचा देश असावा.

❑❑

३२ बेडसे किंवा भेडसे लेणी (जि. पुणे)

पुणे - मुंबई महामार्गावर कामशेतच्या अलीकडे डाव्या हाताला पवनानगर रस्त्याकडे जाताना ही लेणी लागतात. बेडसे हा जरी खरा उच्चार असला तरी भेडसा, भेडसे, बेडसा असेही उच्चार अनेकजण करतात. मुख्य रस्त्यापासून दूर आणि म्हणूनच पर्यटकांच्या लोंढ्यापासून वाचलेली ही लेणी आहेत.

काही स्तंभावर बौद्ध शिल्पे आढळत असली, तरीही पूर्वी या लेण्यात रंगीत चित्रे असली पाहिजेत. या संदर्भात 'सह्याद्री'कार स. आ. जोगळेकर यांनी एका घटनेचा उल्लेख केला आहे. त्यानुसार १८६१ पर्यंत ही चित्रे नक्कीच होती. रंगाचे पापुद्रे अन् टवके उडालेली चित्रे अजूनही तशीच राहू शकली असती. पण कोणी बडे इंग्लिश सत्ताधीश बेडसे लेण्यांना भेट देणार म्हणून म्हणून स्थानिक एतद्देशीय अधिकाऱ्यांनी ही सारी चित्रे खरडून काढली व त्याजागी चुन्याची रंगसफेदी करून टाकली. हेतू हा की बड्या अधिकाऱ्यांनी आपण केलेली स्वच्छता पाहून आपल्याला शाबासकी द्यावी. अभ्यासू अधिकारी आले, पण अपेक्षित चित्रकारी केवळ आपल्या भेटीमुळे नष्ट झालेली पाहून आपल्या कपाळालाच त्यांनी हात लावला अन् हळहळत ते परत गेले. एका प्राचीन ही हीनयान पंथाची पहिल्या शतकातील लेणी आहेत.

विहारजवळच थंडगारपाण्याचे मोठे टाके आहे. याशिवाय काही ओटे, टाकी, अर्धवट कोरलेल्या गुहा व स्तूप येथे आहेत. काही लेखही आहेत.

बेडसा लेण्यांच्या परिसरात सुंदर वनश्री आहे. हत्ती, घोडे, बैल, सालंकृत स्त्री-पुरुषांच्या सुंदर आणि प्रमाणबद्ध जणू सजीव अश्या मूर्ती, आमलकाकार कुंभी, कलशाकृती चैत्यगृह, बौद्ध प्रतीके, चैत्य-गवाक्ष, अष्टकोनी स्तंभावरील शिल्पाकृती, चैत्यलेण्याचा दर्शनी भाग ह्या गोष्टी आवश्यक पाहाव्यात.

❑❑

३३ भंडारा डोंगर

आपणा सर्वांना सहलीला जावयास आवडतं आणि आवडलंच पाहिजे. त्याविना जीवनात काही गम्मत आहे का ? श्री समर्थ रामदासस्वामी म्हणतात, 'नित्य नूतन हिंडावे ।' त्यावेळी प्रवासाची कसलीही साधने नव्हती तरी ते, संदेश देतात नेहमी हिंडत चला... आता तर इतकी साधने आहेत की बस्स... भरपूर हिंडलंच पाहिजे. जो पर्यटन करणार नाही, त्याला क्षमा नाही, असे आपण म्हणूया... श्री वामनपंडितही म्हणतात, "केल्याने देशाटन पंडितमैत्री सभेत संचार । शास्त्रग्रंथविलोकन ह्याने मनुजा 'चातुर्य येतसे फार ।।

"निसर्गात चला" Keep always society with Nature हाही संदेश आपण लक्षात ठेवूया... निसर्ग म्हणजे आनंद, निसर्ग म्हणजे निराशा घालवून पुन्हा एकदा आशा, उत्साह, चैतन्य, उल्हास जागविणे.

असो तर आज जाऊया जगद्गुरू श्रीतुकाराममहाराजांच्या भंडारा डोंगरावर. सध्या श्री तुकोबारायांची जन्मचतु:शताब्दी सर्वत्र साजरी होत आहे. केवढा महिमा बघा, चारचारशे वर्षे नाव टिकून आहे केवढे आश्चर्य आहे नाही ! अर्थात प्रचंड कर्तृत्व असल्याविना अशी नावे टिकत नाहीत, आदराने घेतली जात नाहीत. जगद्गुरू श्रीतुकाराममहाराजांना तोड नाही. श्री ज्ञानदेवांनी संस्कृतातील तत्त्वज्ञान मराठीत आणून मोठी कामगिरी केली. श्री तुकोबांनी आपल्या अभंगवाणीने ते जनसामान्यांपर्यंत पोचवले. संसार निरहंकार वृत्तीने हरिमय करावा असे त्यांनी सांगितले; ते स्वत: तृप्त होते. पण इतरांना तृप्त करण्यासाठी त्यांचे जीवन होते. ते एक महान समाजसुधारक होते.

श्री तुकोबांची कितीतरी वचने, वाक्ये जनी-मनी वसत असतात, आपल्यालाच ते माहीत नसते. श्री तुकोबारायांचा अभ्यासावर, चिंतनावर, तपश्चर्येवर फार भर होता. ही तपश्चर्या, हे तप त्यांनी देहू गाव, भंडारा डोंगर आणि भामचंद्र डोंगर ह्या ठिकाणीं केली. तर मग थोडक्यात भंडारा डोंगराची माहिती करून घेऊया.

पुण्याहून किंवा नाशिकहून चाकणपर्यंत जावे तिथे तळेगाव दाभाडे गावाकडे जाणाऱ्या रस्त्याने निघावे. त्याच रस्त्यावर भंडारा डोंगर आहे. मुंबईहून पुणे रस्त्याने येऊन चाकणकडे जाणारा तळेगावापासूनच पहिल्या तळेगाव फाट्यापर्यंत पायी रस्ता

पकडावा. आपणांस भंडाऱ्याचे सुंदर दर्शन घडते. पुण्याहून देहू गावात आल्यास तेथून भंडारा केवळ सहा किमी. त्यावेळी तुकोबा एकटे त्या निर्जन डोंगरावर जात. आज गाडी, रिक्षा, मोटर, दुचाकी कशानेही जाता येईल. साधारण माणसास पायीसुद्धा सहज चढता येईल.

तुकोबा दिवस न् दिवस तेथे चिंतन करीत राहात असावेत. पत्नी आवडी तथा जिजाबाई भाजी-भाकरी घेऊन उन्हातान्हात पावसाळ्यात डोंगर चढत असत. अवघड व्रत आहे हे ! आता असे तुकोबा नि अश्या जिजाबाई जरा कठीणच, एकदा तर त्यांच्या पायात काटा गेला. विठूरायानेच गुराख्याच्या वेषात येऊन तो काढा काढला असे सांगतात नि जिथे तो काटा काढला ती जागाही दाखवितात.

(छत्रपती) शिवरायांना किंवा शिवबांना (कारण त्या वेळी ते लहान होते) इथे जगद्गुरू श्री तुकाराममहाराजांचे आशीर्वाद लाधले.

भंडारा डोंगरावर सुमारे दीडशे वर्षांपूर्वीचे श्रीविठ्ठल मंदिर आहे. वेळोवेळी त्याचा जीर्णोद्धार झालेला आहे. पण आता मात्र प्रतीक्षा संपलेली आहे. श्रीविठ्ठल रुक्मिणी तुकाराम महाराज भंडारा डोंगर ट्रस्ट नि श्री क्षेत्र भंडारा डोंगर विकास समितीच्या विद्यमाने सुमारे ५ कोटी रुपये खर्च करून एक भव्य मंदिर उभारले जाणार आहे.

जगद्गुरू श्री तुकाराममहाराजांची जगभर चांगली जोरदार साजरी होणार. चतु:शताब्दी चांगली साजरी होणार. लोकांना स्फूर्ती मिळणार. आता इथे काय

काय असेल तर भव्य सभागृह, माता जिजाबाईंना श्रीविठ्ठलांनी दिलेले दर्शन, जगद्गुरू श्री तुकाराममहाराज नि युवक शिवबा ह्यांची भेट, तुकारामगाथा इन्द्रायणी नदीत तरल्याचा प्रसंग इ. वेचक प्रसंगांची भित्तिचित्रे ज्यांना इंग्रजीत म्यूरल्स म्हणतात ती, श्री तुकाराम महाराज दर्शन, इतर संतांच्या भेटी, श्री तुकोबांचे गुरू श्री बाबाजी चैतन्य, सांस्कृतिक भवन, येणाऱ्या भक्तांच्या राहण्याची नि भोजनाची व्यवस्था, अभ्यास करण्यासाठी ग्रंथालय तर हवेच हवे.

तर आपण एकदा अवश्य भेट देऊ या धन्य होऊ या. (पांडुरंग पाटणकर)

महाराष्ट्र म्हटला की लेण्यांचा प्रदेश. जगातील सर्वाधिक लेणी महाराष्ट्रात आहेत. ह्याही डोंगरावर थोडे पाठीमागे थोडे खाली एक बौद्धकालीन लेणे आहे. काही छोटी दालने, मोकळे आवार, चौथरे इत्यादी पाहावयास मिळतील. तेथील स्वच्छता आणि शांत निसर्ग मनाला फार भावतो. श्री. पांडुरंगराव पाटणकर म्हणतात घटका, दोन घटका तिथे थांबून त्या मंगलमय वातावरणाची अनुभूती घ्यावी. पावसाळ्यातला भंडारा तर अधिकच सुंदर. येताना वा जाताना देहूमधील श्रीतुकाराम महाराजसंबंधित स्थाने तसेच देहू मार्ग (रोड) जवळ भारतीय सैन्याने उभारलेले स्फूर्तिदायक स्थान म्हणजे वीरस्थळ - हुतात्मा मेजर सोमनाथ शर्मा, लेफ्टनंट हुतात्मा कर्नल अे. बी. तारापोर आणि जम्मू काश्मीर रायफल्सचे हुतात्मा विक्रम बात्रा ह्यांचे स्मारक पाहावेच. (श्री. पांडुरंग पाटणकर चला सहलीला पुणे मुंबई महामार्गाचा आजूबाजूला).

❑❑

३४ मंडपेश्वर

हे लेणे मुंबई महानगरातील बोरिवली उपनगराजवळ आहे. हे ब्राह्मणी म्हणजे वैदिक लेणे असून, मुंबईगटात याचा समावेश करतात. हे डोंगर पोखरून तयार केलेले नाही, तर भुयाराप्रमाणे जमिनीत खोदलेले आहे. ते पूर्वाभिमुख आहे. याचा मंडप पाच मोठ्या खणांचा आहे. कदाचित यावरूनच इथल्या शिवाला मंडपेश्वर हे नाव मिळाले असावे. या मंडपाची लांबी ५१ फूट व रुंदी २१ फूट (१७ मी x ७ मी) भरते. इ. स. च्या आठव्या शतकात हे लेणे खोदले गेले. इथे महायोगी शिव, गरुडवाहन विष्णू, पार्वती, गणपती, इंद्र, त्रिमूर्ती यांच्या मूर्ती होत्या, असे उल्लेख आहेत. प्रत्यक्षात मात्र आज तिथे काही नाही. मंडपाच्या बाहेर विहिरीसारखे खोल टाके आहे. इथून जवळच असलेल्या कान्हेरीच्या टाक्यात टाकलेले भांडे या टाक्यात निघते, अशी दंतकथा सांगतात.

बाटवाबाटवीच्या काळात (इ. स. चे सोळावे शतक) पोर्तुगीज लोकांनी या लेण्याचे परिवर्तन रोमन कॅथॉलिक चर्चमध्ये केले. त्यामुळे दरसाल इथे ख्रिस्ती लोकांची यात्रा भरते. यात्रा नऊ दिवस चालते.

बोरिवली हे गाव ऐतिहासिक दृष्ट्या महत्त्वाचे आहे. इथून जवळ असलेल्या अकुर्ली गावाच्या टेकाडावर पाली भाषेतले शिलालेख कोरलेले आढळतात. एक्सर गावातल्या आंबराईत सहा मोठे वीरगळ आहेत. इ. स. च्या अकरा-बाराव्या शतकांतील लढायांत वीरगतीला गेलेल्या योद्ध्याची ती स्मारके असावी असे इतिहासकार म्हणतात. (मुसलमानपूर्व महाराष्ट्र भाग २; सह्याद्री - स. आ. जोगळेकर; महाराष्ट्र परिचय - कर्वे, जोगळेकर, जोशी).

❑❑

३५ मानमोडीची लेणी

पुणे जिल्हा. जुन्नरपासून सुमारे ३ किमी. शिवनेरीजवळील मानमोडा डोंगरात अंबा-अंबिका, भीमाशंकर आणि भूतलिंग हे लेण्यांचे तीन समूह आहेत. डोंगराचे मूळ नाव मानमुकुट.

पहिल्या समूहातील लेणी तीनमजली आहेत. त्यात अंबा, अंबिका आणि गणपती यांच्या मूर्ती कोरलेल्या आहेत. त्यावरूनच अंबा-अंबिका हे नाव मिळाले.

तेथून पुढे भूतलिंग लेणी. तीही तीनमजली. त्यातील एक स्तूप महादेवाच्या पिंडीच्या आकाराचा आहे.

आग्नेयीस भीमाशंकर लेणी, त्यातील ६० व्या लेण्यात महाक्षत्रप नहपान याचा मंत्री अयंम वत्सगोत्री यासंबंधी एक कोरीव लेख आहे. क्र. २ च्या लेण्यात रंगीत रेखाकृती काढलेल्या आहेत. ३८ क्रमांकाच्या लेण्यातला स्तूप हा येथील सर्वात प्राचीन आहे. त्याचा आकार बुद्धवचनानुसार पालथ्या भिक्षापात्रासारखा आहे.

❑❑

३६ माहूरची पांडवलेणी (जि. नांदेड)

माहूर हे नांदेड जिल्ह्यातील किनवट तालुक्यातील प्रख्यात पुण्यक्षेत्र. माहूरची श्री रेणुकादेवी, माहूरचा किल्ला ऊर्फ रामगड, आणि शिवकाळात शिवाजीमहाराजांविरुद्ध शाहिस्तेखानाच्या फौजेतून चालून आलेली पंडिता रायबागन ऊर्फ सावित्रीबाई प्रसिद्ध आहेत.

माहूर म्हणजे पूर्वीचे माातापूर. ही माता म्हणजे जगदग्नीची भार्या रेणुका होय. हे स्थान देवीच्या साडेतीन पीठांतील मूळपीठ, श्री दत्तात्रेयांचे शयनस्थान आणि ऋषिमुनींचे तपःस्थान आहे. रेणुका ही इथल्या शक्तिपीठाची अधिष्ठायी देवता हिचे मंदिर डोंगरावर उंच भागी आहे.

माहूरच्या जुन्या बसस्टँडजवळच्या एका टेकडीत ही लेणी कोरलेली आहेत. या राष्ट्रकूटकालीन लेण्यांत असंख्य खांबांनी युक्त असे १५ मीटर उंचीचे मोठे दालन व त्याला जोडून गर्भगृह कोरले आहे. गर्भगृहाच्या द्वारपट्टीवरील द्वारपालाचे भव्य शिल्प लक्ष वेधून घेते. खांबावरील शंकर, पार्वती, दुर्गा, महिषासुरमर्दिनी आदी शिल्पे आणि एका दालनातील नागराज ही शिल्पे महत्त्वाची आहेत.

गाभाऱ्यात सध्या शिवलिंगाची प्रतिष्ठापना केलेली आढळते. या लेण्यांना पांडवलेणी म्हणतात.

पांडवांच्या वनवासात भीमाचे व हिडिंब राक्षसाचे झालेले युद्ध, भीम-हिडिंबेचा विवाह आणि बलवान घटोत्कचाचा जन्म या पांडवलेणी परिसरात झाला, असा स्थानिक लोकांचा समज आहे.

❑❑

३७ वेरूळ

हे मराठवाड्यातील जगप्रसिद्ध स्थान होय. हे गाव औरंगाबादच्या वायव्येला सुमारे २७ किमी मैलांवर वसलेले आहे. गावाजवळून इला नदी वाहते. तिच्या तीरावर घृष्णेश्वराचे मंदिर आहे. ते बारा ज्यातिर्लिंगांपैकी एक मानले जाते. छत्रपती शिवाजीमहाराजांचे आजोबा मालोजीराव भोसले हे वेरूळचे पाटील होते. श्रीघृष्णेश्वर मंदिरात दास मालोजी आणि दास विठोजी ह्यांचा शिलालेख आहे.

वेरूळ हे गाव जगद्‌विख्यात झाले आहे, ते गावाच्या पश्चिमेला दीड किमीवरील डोंगरात खोदलेल्या लेण्यांमुळे. भारतातील सर्व लेण्यांत ही लेणी उत्कृष्ट मानली जातात. ही लेणी उभ्या पहाडात खोदलेली नसून, डोंगराच्या उतारावर आहेत. हा डोंगर दक्षिणोत्तर पसरलेला असून, त्याचा आकार चंद्रकोरीसारखा आहे.

त्यांतील दक्षिणेकडील बारा गुंफा बौद्ध पंथाच्या, उत्तरेकडील पाच गुंफा जैन पंथाच्या आणि त्या दोन्हींच्या मधल्या सतरा गुंफा ब्राह्मणी म्हणजे वैदिक पद्धतीच्या आहेत. बौद्ध लेणी इ. स. ५५०-८०० या कालखंडातली असून, ती महायान पंथाची आहेत. त्यांत एकच चैत्यगृह असून, बाकीची बुद्धप्रतिमायुक्त विहारगृहे आहेत.

इ. स. ६५० नंतर इथल्या ब्राह्मणी वैदिक गुंफांची निर्मिती सुरू झाली. त्यांतील कैलास मंदिर हे अत्यंत सुंदर लेणे राष्ट्रकूट राजा कृष्णराज (पहिला) याने इ. स. च्या ८ व्या शतकात निर्माण केले. जैन लेणी इ. स. च्या ९ व्या व १० व्या शतकांतली असून, ती राष्ट्रकूट वंशातील अमोघवर्ष (पहिला) (इ. स. ८१४ ते ८७८) किंवा कृष्णराज (दुसरा) (८७८-९१४) यांच्या वेळी खोदलेली आहेत.

वेरूळचे मूळ नाव एलापूर असे होते. राष्ट्रकूटांच्या एका ताम्रपटात एलापूरच्या शिवमंदिराची म्हणजे कैलास लेण्याची अतिशय प्रशंसा केली आहे. ते एलापूर म्हणजेच वेरूळ होय. एलापूरचा अपभ्रंश होऊन वेरूळ हे नाव त्या गावाला मिळाले असावे, असे काही पंडितांचे मत आहे. इंग्रजी 'एलोरा' हा एलापूरचाच अपभ्रंश होय.

लेणे क्र. १ व २ - ही अगदी साधी आहेत. त्यात भिक्षूंसाठी आठ खोल्या आहेत. हा सर्वांत प्राचीन विहार असावा. दुसरे लेणे म्हणजे चैत्यगृहच

असावे. एका बाजूला उच्चासनावर जंभलाची तुंदिलतनू मूर्ती आहे. तो बौद्धांचा कुबेर होय. मथुरा, मगध, सारनाथ, बंगाल, नेपाळ, वायव्य सीमाप्रांत, अफगाणिस्थान, तिबेट इथे जंभलाच्या मूर्ती आढळतात. चीनमधील पेकिंगच्या मूर्ति संग्रहालयात जंभलाची मूर्ती आहे. मंडपाला बारा भव्य स्तंभ असून, त्याच्या दोन्ही बाजूंना बुद्धांच्या प्रचंड मूर्ती आहेत. या सर्व मंडपात नाजूक नक्षी कोरली आहे. या मंडपाच्या भिंतीत तारा व बोधिसत्त्व यांच्या मूर्ती कोरलेल्या आहेत.

या मंडपाच्या मागे गाभारा आहे. त्याच्या द्वारावर प्रचंड द्वारपाल आहेत. गाभाऱ्यात सिंहासनावर बसलेली बुद्धांची प्रचंड मूर्ती धर्मचक्रप्रवर्तन मुद्रेत आहे.

लेणे क्र. ५ – हा एक प्रशस्त विहार आहे. त्यात २४ स्तंभ आहेत. मागच्या भिंतीत बुद्धमूर्तियुक्त मंदिर आहे. त्यात बुद्धांची प्रचंड मूर्ती आहे. या लेण्याच्या माथ्यावरून एक जलप्रवाह पुढच्या दरीत सतत कोसळत असतो.

लेणे क्र. ६ – हे लेणेही खूप प्रशस्त आहे. पाठीमागे बुद्धमंदिर असून, मंडपाच्या दोन्ही बाजूंना दोन मोठे मंडप आहेत. उजव्या बाजूच्या भिंतीत महामायूरीची प्रतिमा कोरलेली आहे व डाव्या बाजूच्या भिंतीत तारादेवीची. या सर्व मूर्तींची घडण सुबक आहे. प्रवेशद्वाराची चौकट आणि द्वारपाल यांच्यामध्ये गंगा व यमुना यांच्या सुबक मूर्ती दिसतात. गाभाऱ्यात बुद्धाची भव्य बैठी मूर्ती आहे. महामायूरी नि तारादेवी ह्या बौद्ध देवता होत.

लेणे क्र. १० – हे लेणे विश्वकर्मा या नावाने प्रसिद्ध आहे. याला सुतार लेणे असेही म्हणतात. याचे कारण हे असावे, की या लेण्यात प्राचीन काष्ठशिल्पाचे अनुकरण केलेले दिसते. लाकडी फासळ्यांसारख्या फासळ्या दगडात कोरून काढलेल्या आहेत. हे एक चैत्यगृह आहे.

त्या भागात एक प्रचंड स्तूप आहे. त्याची उंची २७' व व्यास १५.५' असून, त्याच्या दर्शनी भागावर भव्य बुद्धमूर्ती सिंहासनावर विराजमान झालेली आहे. स्तूपाच्या वरच्या भागात बोधिवृक्षाचे तोरण व गंधर्वाच्या आकृती कोरलेल्या आहेत. बिहारमधील बुद्ध गयेच्या महाबोधी मंदिराच्या पश्चिमेला जो पिंपळ आहे तोच बोधिवृक्ष. इथेच गौतम बुद्ध म्हणजे सिद्धार्थ ह्यांना संबोधी प्राप्त झाली.

कोनाड्याच्या वर नाग व नागदेवी यांच्या आकृती कोरलेल्या असून, अंतरिक्षात संचार करणारे गंधर्व आपल्या भार्यांसह बुद्धांना वंदन करीत असलेले दाखवले आहेत. खाली कोनाड्यात अवलोकितेश्वर, वज्रपाणी व तारा यांच्या मूर्ती आहेत. कठड्यावर नृत्यमूर्ती कोरलेल्या आहेत.

लेणे क्र. ११ – हे लेणे दोनताल या नावाने ओळखले जात होते. हे तीनमजली लेणे ठरले आहे. जवळच अवलोकितेश्वराची अलंकारयुक्त मूर्ती व दोन्ही बाजूंना तारा व भ्रुकुटी यांच्या मूर्ती आहेत. भ्रुकटी ही बौद्धांची एक प्रमुख देवता होय. वरच्या बाजूला लहान लहान बुद्धमूर्ती व गंधर्वांच्या प्रतिमा आहेत. दुसऱ्या दरवाज्यातून आत गेले, की बुद्धांची प्रचंड मूर्ती भूमिस्पर्श मुद्रेत व ध्यानासनात सिंहासनारूढ अशी दिसते.

लेणे क्र. १२ – हे तीनताल या नावाने ओळखले जाते. कारण त्यात तीन मजले आहेत. हे चैत्यगृह आणि विहार असे संमिश्र स्वरूपाचे लेणे असून, वेरूळच्या बौद्ध लेण्यांत सर्वांत मोठे आहे. अंतराळातील भिंतीवर एका बाजूला एक मूर्तिपट आहे. त्यात नऊ चौकोन आहेत. मधल्या चौकोनात बुद्ध व चौरीधारक, डाव्या व उजव्या अंगी पद्मपाणी व वज्रपाणी आणि खाली व वर ६ चौकोनांत विविध मूर्ती कोरलेल्या दिसतात.

गर्भगृहात ध्यानस्थ बुद्धांची प्रचंड मूर्ती असून, दोन्ही बाजूंच्या भिंतींवर उच जागी पाच ध्यानस्थ बुद्ध आणि खाली चार बोधिसत्त्व अशा प्रतिमा कोरलेल्या दिसतात.

बाजूच्या भिंतीवर बोधिसत्त्वांच्या चार चार मोठ्या प्रतिमा कोरलेल्या आहेत. बोधिसत्त्व म्हणजे सात्त्विक, प्रज्ञावान, लोकोपकारक आणि महा कारुणिक अशा लोकोत्तर गुणांचा एक पुरुषश्रेष्ठ होय. त्यांच्या वर बुद्धाच्या सात प्रतिमा

आहेत. प्रवेशद्वाराच्या डाव्या व उजव्या बाजूला बुद्धांसमोर तारा व जंभल यांच्या मूर्ती आहेत.

मुख्य मंदिराचे प्रवेशद्वार साधे असून, मध्यभागी ११' उंच भूमिस्पर्श-मुद्रेतील बुद्धमूर्ती आहे. बाजूच्या भिंतींवर बोधिसत्त्वाच्या पाच पाच उभ्या मूर्ती आहेत.

तीनताल हे लेणे कैलास लेण्याला समकालीन असून, या लेण्याची भव्यता व त्यातील उत्कृष्ट शिल्पे यांमुळे ते महायान पंथाच्या लेण्यांमधील एक अत्यंत महत्त्वाचे लेणे मानले जाते.

लेणे क्र. १४ – रावण की खाई या नावाने हे प्रसिद्ध आहे. कारण, त्यात कैलासपर्वत हालविणाऱ्या रावणाचे शिल्प कोरलेले आहे. उत्तरेकडील भिंतीत पहिल्या खणात दुर्गादेवी हातात त्रिशूळ घेऊन व सिंहावर पाय ठेवून उभी आहे. दुसऱ्या खणात उत्फुल्ल कमलावर लक्ष्मी, बाजूला शंखचक्रधारी चतुर्भुज सेवक कुंभ घेऊन उभे व मस्तकी जलसिंचन करणारे दोन दोन हत्ती दोन्ही बाजूंना असे शिल्प आहे. तिसऱ्या खणात वराहरूपी विष्णूने स्त्रीरूपी पृथ्वीला सागरातून वर उचलले आहे, असे दृश्य दिसते. पुढच्या खणात श्रीदेवी व भूदेवी यांच्यासह विष्णूची मूर्ती आहे. खणात विष्णू-लक्ष्मी यांची प्रतिमा मकरतोरणाखाली कोरलेली आहे. खालच्या बाजूला निरनिराळी वाद्ये घेतलेले सेवक आहेत.

त्यानंतर गाभारा लागतो. द्वाराजवळ, एका बाजूला मकरावर गंगादेवी व कूर्मावर यमुनादेवी उभी दिसते. आणखी काही स्त्रीमूर्ती व सेवक आहेत. गाभाऱ्यात महिषासुरमर्दिनीची मूर्ती एका चबुतऱ्यावर उभी आहे. महिषासुरमर्दिनी हे देवीचे एक रूप आहे. या रूपात तिने महिषासुराला मारले म्हणून तिचे नाव महिषासुरमर्दिनी होय. तिची मंदिरे अनेक ठिकाणी उभारलेली आहेत. बाजूला भिंतीत उजव्या हाताला वीरभद्राची प्रतिमा आहे. वीरभद्र म्हणजे शिवगणांचा सेनापती, तो असुरांचा संहारक आणि देवांचा संरक्षक आहे. त्यानंतर हंसारूढ ब्राह्मी, नंदीवाहना माहेश्वरी, मयूरवाहना कौमारी, गरुडवाहना वैष्णवी, वराहवाहना वाराही, गजवाहना इंद्राणी व घुबडवाहना चामुंडा या सप्तमातृकांच्या मूर्ती आहेत. प्रत्येकीजवळ एक लहान बालक आहे. सप्तमातृका म्हणजे रक्षक अशा लोकमाता.

सप्तमातृकांच्या नंतर भिंतीत गणपतीची मूर्ती असून, शेवटी काली व काल यांच्या प्रतिमा कोरलेल्या दिसतात. पहिल्या खणात अंधकासुरवधाचा प्रसंग दिसतो. अंधकासुर नामक राक्षसाला पराभूत केले म्हणून शिवाच्या अंधकासुरमर्दनमूर्ती घारापुरी, वेरूळ आणि अन्य अनेक ठिकाणी आढळतात. दुसऱ्यात रावणानुग्रहाचा

प्रसंग कोरलेला आहे. कैलास पर्वतावर शिवपार्वती बसले आहेत. रावण आपल्या सर्व हातांनी तो पर्वत उचलण्याचा प्रयत्न करीत आहे. पार्वती भयभीत झाली आहे, पण शिव शांत आहे. रावणाने आपली सर्व शक्ती एकवटून पर्वत उचलण्यासाठी पवित्रा घेतला आहे, हे स्पष्ट दिसते.

तिसऱ्या खणात तांडवनृत्य करणाऱ्या शिवाची सुंदर मूर्ती आहे. उजव्या बाजूला तीन डमरूधारी गण व भृंगी असून, पाठीमागच्या बाजूला पार्वती आपल्या गणांसह दिसते. वरच्या बाजूला एका कोपऱ्यात ब्रह्मा व विष्णू आणि दुसऱ्या कोपऱ्यात इंद्र व अग्नी यांच्या प्रतिमा आहेत. पुढच्या खणात शिवपार्वती सोंगट्या खेळताना दिसतात. खालच्या बाजूला नंदी व खेळणारे शिवगण दाखवले आहेत. तांडव नृत्य हा नृत्याचा प्रकार भगवान श्री शंकरांनी प्रचारात आणला. अशा मूर्ती आपल्याला घारापुरी, वेरूळ, भुवनेश्वर इ. ठिकाणी आढळतात.

लेणे क्र. १५ – हे दशावतार लेणे या नावाने प्रसिद्ध आहे. भिंतीत २' उंचीचे ११ कोनाडे आहेत. त्यांत गणपती, शिवपार्वती, सूर्य, शिवपार्वती–गणपती–नदी, महिषासुरमर्दिनी, अर्धनारीश्वर, भवानी, गणेश, उमा व काली यांच्या सुबक मूर्ती दिसतात. दुसऱ्या मजल्यावरील दालनात ४४ स्तंभ आहेत. त्यानंतर गाभारा लागतो. त्यात एक भग्न शिवलिंग आहे. दालनाच्या दोन्ही बाजूच्या भिंतीत शैव आणि वैष्णव शिल्पपट कोरलेले आहेत. भिंतीत पहिला पट अंधकासुरमर्दनाचा आहे. त्यातील अष्टभुज शिवाचे रूप अत्यंत भीषण दिसते. जवळच कालीचीही भयानक मूर्ती आहे. पार्वतीची मूर्ती मात्र सौम्य असून, ती विस्मित दृष्टीने शिवाचे रौद्र रूप पाहत आहे. दुसऱ्या खणात तांडवनृत्य करणाऱ्या शिवाची प्रतिमा आहे.

सहाव्या खणात पाठीमागच्या भिंतीवर मार्कंडेयाचे यमापासून संरक्षण करणाऱ्या शिवाची मूर्ती आहे. मार्कंडेय हे एक ऋषी होत. शिव आणि ब्रह्मदेव ह्यांनी त्यांना दीर्घायुष्य दिलेले आहे. या शिल्पपटात शिवाचा आवेश सुंदर रीतीने दाखविला आहे. दुसऱ्या खणात गंगावतरणाचा प्रसंग कोरलेला आहे. अंतराळात डाव्या बाजूला भिंतीत गणपतीची भव्य मूर्ती आहे. एका बाजूला गजलक्ष्मी व दुसऱ्या बाजूला सरस्वती आहे. उजव्या बाजूला भिंतीवर मयूरारूढ कार्तिकेयाची मूर्ती आहे. भिंतीवर एका खणात लिंगोद्भवमूर्ती व दुसऱ्या खणात त्रिपुरांतक शिवाची रथारूढ मूर्ती आहे. स्वत: ब्रह्मदेव त्या रथाचे सारथ्य करीत आहे.

उजव्या बाजूच्या भिंतीवर पहिल्या खणात श्रीकृष्णाने गोवर्धनोद्धार केला, तो प्रसंग कोरलेला आहे. दुसऱ्या खणात शेषशायी विष्णूचे सुंदर शिल्प आहे. तिसऱ्या

खणात गजेंद्रमोक्षाची कथा आहे. पाचव्या खणात वराहरूपी विष्णू पृथ्वीचा उद्धार करीत आहे. सहाव्या खणात विष्णूचा वामनावतार आणि बळीला पाताळात दाबण्यासाठी घेतलेले त्रिविक्रमाचे रूप हा शिल्पपट दिसतो. दर्शनी सोप्याच्या बाजूच्या खणात हिरण्यकशिपुवधाचे अप्रतिम शिल्प आहे. त्यातील नृसिंहाचा आवेश स्पष्ट दिसून येतो. या शिल्पात नृसिंहाचे मुख सिंहाचे नसून मानवी आहे.

गर्भगृहासमोर नंदीची एक सुटी मूर्ती आहे. प्रांगणात दक्षिण बाजूला एक मोठे पाण्याचे टाके आहे. गर्भगृहात शिवलिंग व त्यामागे त्रिमुख महेशमूर्ती उठावाने कोरलेली दिसते.

लेणे क्र. १६ – हे लेणे कैलास या नावाने जगद्विख्यात आहे. हे शिवमंदिर इ. स. च्या ८ व्या शतकात राष्ट्रकूट राजा कृष्ण (पहिला) याच्या राजवटीत खोदलेले आहे. गिरिशिल्पांत हे अद्वितीय आहे. याचे अद्भुत शिल्पसौंदर्य पाहणाऱ्याला विस्मित करते. भक्ती, श्रद्धा, दिव्यत्व आणि भव्यत्व या सर्वांचे ते प्रतीकच वाटते.

हे संपूर्ण एकाच खडकात खोदलेले असले तरी, डोंगरापासून वेगळे केलेले आहे. भिंतीत दिक्पाल, शिव, विष्णू, इंद्र–इंद्राणी, महिषासुरमर्दिनी, नृसिंह, वराह, त्रिविक्रम, ब्रह्मा, इ. देवतांची भव्य शिल्पे आहेत. प्रवेशद्वाराच्या दोन्ही बाजूंना गंगा व यमुना यांच्या मूर्ती कोरलेल्या असून, खालच्या भागात हत्ती, सिंह वगैरे पशूंच्या रांगा दिसतात.

प्रवेशद्वार गोपुरासारखे भव्य असून, त्याच्या भिंतीवरही गोवर्धनोद्धार, दिक्पाल इ. शिल्पे कोरलेली आहेत.

प्रांगणात प्रवेश करताच समोर गजलक्ष्मीची सुंदर मूर्ती दिसते. एका सरोवरातील कमळावर लक्ष्मी बसलेली असून, बाजूला हत्ती, वरती गंधर्वमिथुने व छत्र आणि दोन्ही बाजूंना अर्धस्तंभ व द्वारपाल आहेत. लक्ष्मीसमोरील प्रवेशद्वाराच्या दोन्ही बाजूंच्या भिंतीत देवकोष्ठात गणपती व महिषासुरमर्दिनी यांची शिल्पे आहेत. प्रांगणात दोन्ही बाजूंना दोन दगडी हत्ती दिसतात.

गजलक्ष्मीचे दर्शन घेऊन डाव्या बाजूला वळल्यावर गंगा, यमुना व सरस्वती या नद्यांचे मंदिर दिसते. तोरणाखाली नदीदेवता उभी, अशी ही रचना आहे. एका खणात कमळावर उभी सरस्वती, मधल्या खणात मकरावर उभी गंगा व उजव्या बाजूच्या खणात कूर्मारूढ यमुना आहे. पल्लव शिल्पशैलीच्या या मूर्ती अत्यंत कमनीय वाटतात.

गजलक्ष्मीच्या मागे दुमजली नंदीमंडप असून, चौथऱ्याच्या भिंतींवर हत्ती व

सिंह यांच्या प्रचंड आकृती ओळीने कोरलेल्या आहेत.

नंदीमंडपाच्या दोन्ही बाजूंना दोन उंच ध्वजस्तंभ आहेत. गर्भगृहाच्या पुढे अंतराळ व त्यापुढे मोठा सभामंडप आहे. अग्रमंडपापासून नंदीमंडपाकडे जाण्यासाठी पूल आहे आणि त्याच्या दोन्ही बाजूंना सोपान आहेत.

नटराज शिवाची मूर्ती व त्याच्या दोन्ही बाजूंना हरिहर व अर्धनारीश्वर यांची शिल्पे आहेत. नंदीमंडपाच्या भिंतीवर अंधकासुरवधाचा प्रसंग असून, समोरच्या भिंतींवर महायोगी शिवाची मूर्ती आहे. त्या मूर्तीच्या बाजूला वरुण, वायू, इंद्र, यम, ईशान, महेश्वर, कुबेर, अग्नी यांच्या प्रतिमा कोरलेल्या दिसतात. बाजूच्या भिंतीवर एक शिल्पपट आहे व त्यात रावण कैलास पर्वत हालविण्याचा प्रयत्न करीत आहे. नंदीमंडपाच्या दक्षिण बाजूच्या भिंतीवर नरसिंह व हिरण्यकशिपू यांचे युद्ध दाखवलेले आहे.

खालच्या भिंतीवर रामायणातील काही प्रसंग आणि उत्तरेकडील सोपानाच्या खालच्या भिंतीवर महाभारतातील प्रसंग कोरलेले दिसतात. उजव्या बाजूला लिंगोद्भव शिवाचा शिल्पपट व ब्रह्मदेवाची मूर्ती आणि डाव्या बाजूला गंगाधर शिव आणि मार्कंडेयरक्षण या मूर्ती आहेत.

सभामंडपात सोळा स्तंभ व सोळा अर्धस्तंभ असून, त्यावर समुद्रमंथन, नरसिंहअवतार, इ. पौराणिक प्रसंग कोरलेले दिसतात. मध्यभागी नटराज शिवाची सुंदर मूर्ती आहे. या छतावरही रंगीत चित्रे होती. म्हणून त्या मंडपाला रंगमहाल म्हणत. नटराज हे शिवाचे एक रूप आहे, या रूपात शिवाने नृत्य - नाट्यकला प्रवर्तित केली, अशी परंपरा आहे. तामिळनाडमधल्या चिदंबरम् ह्या स्थानी नृत्यसभामंदिरात शंकराची प्रसिद्ध नटराजमूर्ती आहे.

उजव्या बाजूला नंदीवर आरूढ शिव-पार्वती-स्कंद असा शिल्पपट आहे. त्यात खाली शिवगण दिसतात. अंतराळाच्या छतावर अन्नपूर्णेची मूर्ती असून. दक्षिणेकडील भिंतीत जटायूवध, वाली-सुग्रीवयुद्ध व नरसिंह-हिरण्यकशिपुयुद्ध हे शिल्पपट आहेत. एका कोनाड्यात लकुलीशाची मूर्ती आहे. शिवाच्या नृत्यमूर्ती व अर्धनारीश्वर मूर्तीही विशेष उल्लेखनीय आहेत. लकुलीश हा शिवाचा पहिला अवतार आणि योगाचार्य.

हे लेणे राष्ट्रकूट सम्राज्ञी माणिकावती हिने निर्माण करविल्यामुळे, त्यातील शिवाला माणिकेश्वर हे नाव मिळाले, असे वेरूळच्या परिसरात प्रचलित असलेल्या एका लोककथेवरून कळते.

विमानावरच्या शेवटच्या तलावर चारी कोपऱ्यात चार बसलेले नंदी आहेत. मधल्या शिखरावर चार सिंह आहेत.

मुख्य मंदिराच्या दक्षिणेकडे अलिंदाच्या खाली कैलास हलविण्याचा प्रयास करणाऱ्या रावणाचा उत्कृष्ट शिल्पपट आहे. असे शिल्पपट वेरूळच्या लेण्यात अनेक जागी आढळतात. त्यांतला हा सर्वांत सुरेख वाटतो.

पहिल्या खणात रावण आपली शिरकमले शिवलिंगाला वाहत आहे, असे दृश्य दिसते. रावणाच्या मुखावर श्रद्धा, भक्ती व कृतार्थता हे भाव स्पष्ट दिसून येतात. बहुतेक खणांत शिवपार्वतीची निरनिराळ्या प्रकारची शिल्पे आहेत. शेवटच्या खणात मार्कंडेयाचे यमापासून रक्षण हा प्रसंग आहे.

मंदिराच्या पाठीमागच्या भिंतीत शिवपार्वतीविवाहाचे शिल्प आहे. दुसऱ्या खणात अंधकासुरवध करणारा शिव, तिसऱ्यात त्रिपुंरातक शिव, चौथ्यात शिवपार्वतीची आलिंगनमूर्ती, त्यानंतर अनुक्रमे चतुर्भुज शिव, लिंगोद्भवमूर्ती, गंगाधर शिव, हरिहर, विष्णू, शिव, ब्रह्मा, शिव, त्रिनेत्र शिव, भिक्षाटन मूर्ती, नटराज शिव, त्यानंतर शिव व शिव-पार्वती अशा मूर्ती दिसतात. दक्षिणेकडील भिंतीत अर्धनारीश्वर, दुसऱ्यात चतुर्भुज शिव, तिसऱ्यात गोकर्ण महाबळेश्वर येथे जमिनीवरील शिवलिंग उचलण्याचा प्रयास करीत असलेला रावण, हिरण्यकशिपु-नृसिंह, शेषशायी विष्णू, गोवर्धनधारी कृष्ण, त्रिविक्रम, गरुडारूढ विष्णू, पृथ्वीचा उद्धार करणारा वराहरूपी विष्णू, कालियामर्दन, शंखचक्रगदाधारी चतुर्भुज विष्णू-यात गदेची मूर्ती आहे व

गरुडही दिसतो. शेवटच्या खणात अन्नपूर्णेची सुंदर मूर्ती आहे. तिच्या दोन हातात कणीस व कमंडलू, एका हातात अक्षमाला व एक हात वरद मुद्रेत आहे.

स्तंभयुक्त दालनात गजलक्ष्मीचा शिल्पपट असून, मंडपाच्या समोर नंदी असून, त्याच्या दोन्ही बाजूंना द्वारपाल उभे आहेत. पंचाग्निसाधन करणारी उमा आणि शेवटच्या खणात पृथ्वीचा उद्धार करणारा वराह ही शिल्पे आहेत. पाठीमागच्या भिंतीत सूर्यनारायणाची मूर्ती कोरलेली आहे. नृत्य करणाऱ्या शिवाचे शिल्प दिसते. नृत्याचा आवेश व आनंद या शिल्पात स्पष्ट दिसून येतो. या मंडपाच्या छतावर मध्यभागी कमलामध्ये नटराज शिवाची सुंदर मूर्ती कोरलेली आहे. स्तंभ व स्तंभशीर्षे यामध्ये शालभंजिका आहेत. उमा म्हणजे हिमालय कन्या पार्वती, तिचे एक सौम्य रूप. शिवाच्या प्राप्तीसाठी ती वनात जावयास निघाली तेव्हा आई मेनका म्हणाली उ (हे मुली) मा (तपाला जाऊ नकोस.) म्हणून उमा हे नाव मिळाले. उमेने अतिशय उग्र तप केले आणि वराह हा श्रीविष्णूचा तिसरा अवतार, हिरण्याक्ष असुर पृथ्वीचे हरण करून तिला पातालात घेऊन गेला. तेव्हा विष्णूने वराहरूप घेऊन पृथ्वी आपल्या सुळ्याने उचलून वर आणली नि हिरण्याक्षाला ठार केले.

दक्षिणेकडील भिंतीतही एक लेणे असून, त्यात सप्तमातृकांचे मंदिर आहे. त्यात सप्तमातृकांच्या मूर्ती वाहनांसह संपूर्ण कोरलेल्या आहेत. बाजूंना वीरभद्र व गणपती आहेत. पूर्वेकडील भिंतीत चवरीधारी सेविकेसह सुंदर स्त्रीचे डौलदार शिल्प आहे. ही राष्ट्रकूट वंशातील राणी असावी व तिनेच हे मंदिर कोरविलेले असावे. पश्चिमेकडील भिंतीत विक्राळ कालाची मूर्ती व दुर्गेच्या दोन प्रतिमा आहेत. मंदिरात दोन यज्ञकुंडे कोरलेली आहेत म्हणून याला यज्ञशाळा म्हणतात.

कैलास लेण्याच्या उत्तरेला एक लहान जलप्रपात असून, त्याच्या जवळ दोन लेणी आहेत. त्यांच्या खालीही लहानसे लेणे असून, त्यात सप्तमातृकांचा शिल्पपट आहे.

लेणे क्र. १७ – बाजूच्या शिल्पपटात कमलाधिष्ठित ब्रह्मा व समोरच्या बाजूला विष्णूची मूर्ती आहे.

लेणे क्र. १९ – लेण्याच्या दर्शनी भागात उत्तरेला कुबेराची मूर्ती आहे. ती बौद्ध लेण्यातील जंभलासारखीच दिसते. हे मुळचे बौद्ध लेणे असावे.

लेणे क्र. २० – चौथऱ्याच्या मध्य भागावर अनेक शिवगणांच्या आकृती कोरलेल्या आहेत. लेण्याच्या प्रांगणात गेल्यावर नंदीचा चबुतरा मध्यभागी दिसतो. प्रांगणाच्या बाजूच्या भिंतीत उजव्या बाजूला महिषासुरमर्दिनीची व डाव्या बाजूला

गणपतीची मूर्ती दिसते.

लेणे क्र. २१ – हे रामेश्वर या नावाने प्रसिद्ध आहे. उंच चौथऱ्यावर नंदी असून, प्रांगणाच्या दोन्ही बाजूंच्या भिंतीत द्विस्तंभाधारित मंडपात गणेशमूर्ती व कार्तिकेयाची मूर्ती आहे. कार्तिकेय हा शिव आणि पार्वती यांचा पुत्र, षण्मुख, षडानन, सुब्रह्मण्य, कुमार, स्कंद ही त्याचीच नावे होत.

सभामंडपाच्या दोन्ही बाजूंना सुंदर शिल्पपट आहेत. उत्तरेकडील दालनात समोरील भिंतीवर तीन भागांत शिव-पार्वती विवाहाची कथा साकार केलेली आहे. बाजूच्या भिंतीवर महिषासुरमर्दिनी व कार्तिकेय यांचे शिल्पपट आहेत.

लेणे क्र. २२ – याला नीळकंठ लेणे असे म्हणतात. अंतरालामध्ये बाजूच्या भिंतीत गणेश व कार्तिकेय यांच्या मूर्ती समोरासमोर असून, मागच्या भिंतीत गजलक्ष्मी व दुसरी एक देवी आहे. गर्भगृहात शाळुंका व शिवलिंग आहे. त्या लिंगावर निळ्या रेघा असल्यामुळे त्याला नीळकंठ हे नाव देण्यात आले आहे. गजलक्ष्मी हे लक्ष्मीचे एक रूप आहे. लक्ष्मी कमळावर बसलेली किंवा उभी असते. तिच्या हातात एक कमळ आणि सभोवतीअनेक प्रफुल्ल कमळे आणि दोन्ही बाजूंना आपल्या सोंडेने तिच्यावर जलवृष्टी करणारे दोन हत्ती असतात.

लेणे क्र. २४ – उरलेल्या शाळुंका तेलाच्या घाणीसारख्या दिसतात. म्हणून लेण्याला तेली का घाना म्हणतात. यात गणपती व शिव यांच्या लहान मूर्ती आहेत.

लेणे क्र. २५ – याला कुंभारवाडा म्हणतात. गाभाऱ्याजवळच्या छतावर रथारूढ सूर्यप्रतिमा उठावाने कोरलेली आहे. गर्भगृहाच्या दोन्ही बाजूंना खड्गधारी द्वारपाल आहेत.

लेणे क्र. २७ – हे लेणे एका घळीच्या काठावर असून, त्याच्यावरून एक जलप्रपात कोसळत असतो. याला गौळणगुंफा म्हणतात. दरवाज्याच्या उजव्या बाजूला बलराम, सुभद्रा व कृष्ण यांच्या मूर्ती आहेत. बाजूच्या भिंतीत शेषशायी नारायणाची ओबड-धोबड प्रतिमा आहे. बाजूच्या भिंतीत पृथ्वीचा उद्धार करणारा वराह आहे. खिडक्यांमध्ये महिषासुरमर्दिनीचे शिल्प आहे.

लेणे क्र. २८ – ज्या कड्यावरून जलप्रवाह खाली कोसळतो, त्याच्या खाली हे लहानसे लेणे आहे. याच्या प्रवेशद्वाराच्या बाजूंना गंगा व यमुना यांची शिल्पे होती. पण ती नष्ट झाली आहेत.

लेणे क्र. २९ – सीता की नहानी या नावाने हे लेणे प्रसिद्ध आहे. अग्रमंडपाच्या चौथऱ्यावर दोन भव्य सिंह आहेत. अग्रमंडपात उजव्या बाजूच्या भिंतीवर अंधकासुरवधाचा शिल्पपट आहे. शिव-पार्वती-विवाहाचा प्रसंग फारच

प्रेक्षणीय आहे. या बाजूच्या प्रांगणात सरस्वतीची मूर्ती आहे. समोरच्या भिंतीत शिव-पार्वती-खेळताना दिसतात. हा शिल्पपटही सुरेख आहे.

उत्तरेकडील पार्श्वमंडपात समोरासमोर नटराज शिव आणि लकुलीश शिव यांच्या मूर्ती आहेत. उत्तरेकडील प्रांगणाच्या बाजूला कूर्मारूढ युमनेची मूर्ती आहे.

प्रत्येक द्वाराजवळ दोन द्वारपाल व सुंदर सेविका यांची भव्य शिल्पे आहेत. वर गंधर्वयुग्मे आहेत, ती अत्यंत सुरेख आहेत. आत एका चबुतऱ्यावर शिवलिंग आहे. या लेण्यात प्रकाश येण्यासाठी दोन्ही बाजूंच्या प्रांगणातील छते खोदून गवाक्षे केली आहेत.

या लेण्याला डुमार लेणे असेही म्हणतात. रामेश्वर, दशावतार, कैलास ही शैव लेणी असली तरी, त्यांत वैष्णव शिल्पे जागोजागी दिसून येतात. पण डुमार लेण्यांत कुठेही विष्णू व लक्ष्मी यांची शिल्पे आढळत नाहीत.

पावसाळ्यात तिथे उत्पन्न होणारा धबधबा फारच आकर्षक आहे. रामेश्वर ते डुमार अशी अर्धवर्तुळाकार दरीच आहे. त्या दरीतील दरडीत ही लेणी खोदलेली आहेत.

क्र. १३ ते २९ या लेण्यांना ब्राह्मणी किंवा वैदिक लेणी म्हणतात. इथून पुढे जैनांची लेणी लागतात. वेरूळ येथील जैनांची ही लेणी दिगंबरपथी असून, त्यांत गोमटेश्वराची प्रतिमा वारंवार कोरलेली दिसते. या लेण्यांतील तीर्थंकरांच्या मूर्ती शिल्पकलेच्या दृष्टीने महत्त्वाच्या नाहीत. गोमटेश्वर म्हणजे बाहुबली. जैनांचे आदितीर्थंकर ऋषभदेव ह्यांचे ते पुत्र. त्यांची सर्वांत उंच मूर्ती कर्नाटकातल्या श्रवणबेळगोळ येथील पर्वतावर असून तिची उंची ५६ फूट ६ इंच आहे. ही मूर्ती १० व्या किंवा ११ व्या शतकातली आहे. तीर्थंकर म्हणजेच जिन म्हणजे जिंकणारे. ज्यांचे सर्व दोष नाहीसे झालेले आहेत नि तीर्थ म्हणजे धर्म, त्या धर्माचे प्रकटीकरण करणारे ! त्यांची संख्या २४ आहे.

लेणे क्र. ३० – हे छोटा कैलास या नावाने प्रसिद्ध आहे, कारण त्याची रचना कैलास लेण्यासारखीच आहे. त्याचे आकारमान मात्र लहान आहे. डोंगरापासून वेगळे खोदून काढलेले आहे. गर्भगृहात महावीरांची मुख्य मूर्ती असून, बाजूच्या भिंतीत इतर तीर्थंकरांच्या प्रतिमा आहेत. सभामंडपाच्या बाजूला भिंतीत पार्श्वनाथ आदी तीर्थंकरांच्या मूर्ती कोरलेल्या आहेत. गाभाऱ्याच्या दोन्ही बाजूंना आणि वर उपमंदिरे असून, त्यांतही तीर्थंकरांच्या विविध आसनांतील मूर्ती आहेत.

अग्रमंडपाच्या दोहो बाजूंना यक्षाच्या नृत्यमूर्ती आहेत.

गोपुराच्या दक्षिणेकडील भिंतीत ऋषभनाथाची यक्षिणी चक्रेश्वरी हिची

प्रतिमा आहे. खाली वाहन म्हणून गरुडाची आकृती कोरलेली दिसते.

लेणे क्र. ३१ – गोमटेश्वराची कायोत्सर्ग मूर्ती व तिच्या समोर पार्श्वनाथाची कायोत्सर्ग मूर्ती आहे. गर्भगृहात ध्यानमुद्रेतील महावीरांची मूर्ती असून, वर चामरधारी सेवक आहेत.

लेणे क्र. ३२ – लेण्यांचा एक समूह आहे. मुख्य लेण्याला इंद्रसभा म्हणतात.

प्रांगणात उजव्या बाजूला एका चबुतऱ्यावर मोठा हत्ती व डाव्या बाजूला एक स्तंभ आहे. या स्तंभाचा उंची २७' आहे.

सोपान चढून गेले, की अग्रमंडप लागतो. त्याच्या दोन्ही टोकांना समोरासमोर इंद्र व इंद्राणी यांच्या भव्य प्रतिमा आहेत.

लेणे क्र. ३३ – याला जगन्नाथसभा म्हणतात. दोन्ही बाजूंना इंद्र व इंद्राणी यांच्या उत्कृष्ट मूर्ती आहेत. त्यांतील वृक्षावरील पाने, फळे, पक्षी व इतर नक्षी अत्यंत सुरेख आहे. आतील गाभाऱ्यात महावीरांची प्रतिमा आहे. यालाच जगन्नाथ समजून या लेण्याला जगन्नाथसभा हे नाव दिले गेले आहे. या लेण्यात भित्तिचित्रांचे अवशेष दिसतात.

गणेशलेणी – डुमार लेण्याजवळ जो धबधबा आहे, त्याच्या वरच्या अंगाला छोटी लेणी आहेत. त्यातील दक्षिणाभिमुख लेणे विशेष उल्लेखनीय आहे. त्यात गोपुर, प्रांगण, अग्रमंडप व त्याच्या मागे गाभाऱ्यात शिवलिंग आहे. लिंगोद्भव शिव व समुद्रमंथन हे प्रसंग दिसतात.

योगेश्वरी लेणी – जलप्रवाहाच्या काठाने आणखी वर गेले, की योगेश्वरी या नावाने ओळखली जाणारी काही लेणी आहेत. त्यांत शिवाच्या प्रतिमा आहेत.

लेणे क्र. ३२ च्या जवळ अलीकडेच केलेल्या उत्खननात एक मंदिर सापडले आहे. त्यात महानुभाव पंथाचे प्रमुख आचार्य चक्रधर यांची पद्मासनातली मूर्ती असून, ती थोडीशी खराब झालेली आहे. चक्रधर हे महानुभाव पंथाचे संस्थापक.

भारतातील तीन श्रेष्ठ धर्मपंथी महाराष्ट्रातील महनीय आणि असमान्य अश्या पाषाण गुंफांमधील वास्तुशास्त्रीय आणि शिल्पकलात्मक कामगिरीचा पूर्ण विराम म्हणजे वेरूळची लेणी या कामगिरीला उभ्या भारतात तोड नाही असे श्री. कार्ल खंडाळवाला म्हणतात. (वेरूळ लेणी – श्री. म. न. देशपांडे, मराठवाडा दिवाळी अंक, १९५८; एलुरा केव्ह टेंपल्स, जेम्स बर्गेस, १९७२; मराठवाड्याचे शिल्पवैभव – श्री. म. श्री. माटे, १९६४; सह्याद्री स. आ. जोगळेकर भारतीय संस्कृतिकोश.)

❑❑

३८ शिऊर लेणी (जि. नांदेड)

नांदेड जिल्ह्यात हदगाव तालुक्यात पेनगंगेच्या काठावर, नांदेडच्या उत्तरेला सुमारे ५० कि. मी. वर शिऊर हे गाव आहे. गावाच्या नैर्ऋत्येला असणाऱ्या डोंगराच्या गावाकडील उतरणीच्या भागात तीन लेण्यांचा एक समूह कोरलेला आहे. मात्र ही लेणी अर्धवट सोडलेली दिसतात.

वैष्णवी मूर्तींमुळे ह्या लेण्यांना ब्राह्मणी किंवा वैदिक या गटात समाविष्ट करता येते.

साधे खांब आहेत. काही खांबांवर मूर्ती कोरलेल्या सभामंडप गर्भगृह, त्याभोवती प्रदक्षिणापथ सभामंडप नित्यात, भिंतीवर गरुड, हत्ती इ. शिल्पे आहेत. शिवपिंडी मूळच्याच दगडात कोरलेली आहे.

शिऊरच्या लेण्यांमध्ये ब्रह्मा, विष्णू, त्रिविक्रम, वराह, नृसिंह, राम, महिषासुरमर्दिनी, सप्तमातृका, गरुड, इ. मूर्ती कोरलेल्या आहेत. लेणी क्र. ३ मध्ये महादेवाच्या पिडीची पूजा ब्रह्मा व विष्णू करीत असल्याच दृश्य महत्त्वाचे आहे.

❑❑

३९ श्री समर्थ रामदासस्वामींच्या घळी

घळ म्हणजे प्रा. डॉ. प्र. न. जोशी यांच्या शब्दकोशाप्रमाणे भेग, खाचण, ओहळ, लवण, गुहा, भोक, बीळ. त्यांतील गुहा हा जवळचा अर्थ घेऊ या.

श्री समर्थांना घळी फार प्रिय असत. निसर्गाचा सहवास जगद्‌गुरू श्री तुकाराम महाराज आणि श्रीसमर्थ रामदास स्वामी दोघांना प्रिय, श्री तुकोबारायांमुळे भामचंद्र नि भंडारा ही स्थाने प्रसिद्ध झाली नि श्रीसमर्थांमुळे या विविध घळी, सज्जनगड, चाफळ शिंगणवाडी, ११ मारुती आदी स्थाने प्रसिद्ध झाली. माझे स्फूर्तिदाते प्रा. प्र. के. घाणेकर नि प्रख्यात श्री. रवींद्र घाटपांडे ह्यांनी सांगितलेली माहिती अशी –

हेळवाकची रामघळ

कोयनानगर ते चिपळूण मार्गावर हेळवाक गाव लागतं. तेथून पुढे कोंडावळे गाव. एक छोटा धबधबा त्याच्यामागे रामघळ. ६० x ९ मीटर (१८० फू x २७ फू) कातळ आणि धबधबा समर्थांना ही घळ खूप प्रिय असे. अनेक वेळा ते येथे येऊन गेले. पण १६७४, १६८२ चे उल्लेख तर मिळतातच. घळीच्या परिसरातून पाटणजवळचा दातेगड तथा सुंदर गड दिसतो नि भैरव गड (बहिरवगड) येथून ८-१० किमी अंतरावर आहे.

चंद्रगिरीची रामघळ

ही घळही समर्थांना अतिशय प्रिय असे. ‘‘जागा सुंदर गहन, तेथे सुखावले मन । तेथे जावया संतोष, वाटतसे ।। इथे जावयास दोन मार्ग कऱ्हाड – तळबीड – वसंतगड – नाईकबाची खिंड – बेलदारे – चंद्रगिरी किंवा चाफळ – खंडोबाची यात्रा खिंड – चंद्रगिरी. इथे एक झाड, पाण्याचा झिरपा, आणि दगडी चौकटीचे ठेंगणे प्रवेशद्वार आहे.

चाफळची रामघळ नि कुबडी तीर्थ

चाफळ – शिंगणवाडी – बोरगेवाडी – भैरववाडी आणि मग रामघळ – ही घळ दुमजली आहे. वरच्या दालनात जाण्यासाठी छपरात एक भोक आहे. तर दर्शनी गुहेतून डावीकडे जायला मागील बाजूस बारीक बोळ आहे. तिथे एक खोली आणि झरोका आहे. इथं आलं की मन निवतं, समाधान पावतं.

पाटण – खंडूभाईची खिंड – महाबळवाडी याही मार्गे इथे – ह्या सुंदर

निसर्गस्थानी येता येईल.

रामघळीच्या पुढे कुबडीतीर्थ आहे.

असे म्हणतात की श्रीशिवसमर्थांची या घळीत भेट झाली. दोघे पुढे बोलत गेले. शिवरायांना तहान लागली तेव्हा समर्थांनी हातातील कुबडीने एक दगड उलथवून टाकून तेथील झऱ्याचे पाणी त्यांना दिले. हा झरा अजूनही वाहताच आहे. या कुबडी तीर्थावर श्री मारुतीची घुमटी आहे.

तोंडोशीची घळ

कळंब्याची घळ किंवा तारळ्याची घळ असेही म्हणतात. साताऱ्याहून पुढे कोल्हापूर रस्त्यावर काशीळ गाव लागते. उजवीकडे खंडोबाची पाल, पुढे तारळे गाव. हे छत्रपती शिवाजीमहाराजांचे जावई सरदार हरजीराजे महाडिक यांचे गाव. पुढे मुरुड, मग तारळी नदी ओलांडून तोंडोशी.

घळ ५० मीटर (रु. १५० फूट) लांब आहे. डोंगरावरून आदळत आपटत येणाऱ्या पाण्याचा प्रवाह तीन घाटांत विभागून खाली पडत असतो. तिथे कुंड आहे.

घळीत श्री रामलक्ष्मण अन् सीतामाता यांच्या मूर्ती नि मारुतिराय आहेत.

श्री शिवथर घळ तथा सुन्दरमठ

माघ वद्य नवमी. अत्यंत पुण्य दिवस. या तिथीला श्रीसमर्थांनी सज्जनगडी समाधी घेतली. याच माघ नवमी दिनी वीरवर तान्हाजी मालुसरे यांनी कोंढाणा गड जिंकला. अर्थात् आपल्या प्राणाचे मूल्य देऊन ! तर समर्थ श्रीरामदासस्वामी म्हटले की, 'दासबोध डोळ्यांसमोर येतो नि दासबोध म्हटला की 'श्री क्षेत्र शिवथर-घळ' डोळ्यांसमोर येते.

एकदा तरी (जमल्यास अनेकदा) शिवथर घळीचे दर्शन घ्यावेच घ्यावे. या घळीलाच 'सुंदरमठ' असेहि सुंदर नाव आहे. इथे येण्यात थोड्याफार अडचणी असल्या तरी अवश्य आलेच पाहिजे. विशेषत: पावसाळ्यांत यावे. दसरादिवाळींच्या दिवसांत जाण्यायोग्य एकमेव ठिकाण म्हणजे 'शिवथर घळ' असे प्रख्यात प्रा. प्र. के. घाणेकर म्हणतात. येथेच समर्थांनी संसारसिद्धि सोपा करून सांगणारा पाचवा वेद म्हणजे 'दासबोध' लिहिला. असे म्हणतात की इ. स. १६५२ ते १६६० म्हणजे आठ वर्षे ते इथे होते.

पावसाळ्यांत इथल्या विराट धबधब्याचं आपण दर्शन घेतलंत तर काही क्षण आपण अवाक् थक्क व्हाल. विलक्षण धबधबा - त्याचं वर्णन समर्थांसारखा ईश्वरी कवीच करू जाणे ! श्रीसमर्थ म्हणतात-

गिरीचे मस्तकीं गंगा, तेथुनि चालिली बळें ।
धबाबा लोटती धारा, धबाबा तोय आदळें ।।१।।
गर्जतो मेघ तो सिंधु, ध्वनिकल्लोळ ऊठिला ।
कड्याशीं आदळे धारा, वात आवर्त होतसे ।।२।।
तुषार उठती रेणू, दुसरे रज मातले ।
वातमिश्रीत ते रेणू सीतमिश्रीत धूकटे ।।३।।
दराच तुटला मोठा, झाड खंडें परोपरी ।
निबीड दाटती छाया, त्यामधें वोघ वाहती ।।४।।
गर्जती श्वापदें पक्षी, नाना स्वरें भयंकरें ।
गडद होतसे रात्री, ध्वनिकल्लोळ ऊठती ।।५।।
कर्दमू निवडेना तो, मानसीं सांकडें पडे ।
विशाळ लोटली धारा, ती खाले रम्य विवरे ।।६।।
विश्रांति वाटते तेथें, जावया पुण्य पाहिजे ।
कथा निरूपणें चर्चा, सार्थकें काळ जातसे ।।७।।

ह्या अलौकिक समर्थशब्दांचा अर्थ अनुभवायचा असेल तर पावसाळ्यात शिवथरला जायलाच हवं. भोरमार्गे महाड्ला जाताना वाटेत तो अजस्र वरंधा घाट. त्या घाटातल्या माझेरीपासून पायीहि जाता येईल किंवा महाडकडून बारसगांवमार्गे शिवथरला पोचता येईल.

शिवथर घळ चाळीस मीटर लांब, पंचवीस मीटर रुंद आणि चांगली प्रशस्त आहे. वरून धबाबा आदळणारा धबधबा, त्याचे सगळीकडे उडणारे तुषार, काळ नदीकाठनं वाघजाईचं घनदाट - गहन अरण्य ! सारा परिसर निसर्गाभ्यासकांना मोह घालील असाच आहे. समर्थभक्त आरदणीय कै. शंकरराव श्रीकृष्ण देव यांनी ही घळ शोधून काढली. श्रीसमर्थ सेवा मंडळाच्या श्रीसुंदरमठ उपसमितीचे कार्यकर्ते आपले तत्परतेने स्वागत करतात.

श्रीसमर्थांचे दासबोधकथन आणि श्रीकल्याणस्वामी लिहून घेत आहेत अशा सुंदर मूर्ती श्री. बी. डी. थत्ते यांनी घडविलेल्या आहेत. त्या मूर्तींची १९५९ मध्ये म्हणजे श्रीदासबोधाच्या त्रिशतसंवत्सरकाळात स्थापना झाली. पुढे १९६१ मध्ये श्री क्षेत्र गोकर्ण येथील विद्वान् पंडित श्री. गोविदशास्त्री खरे यांनी श्रीराम - सीता - लक्ष्मण यांच्या मूर्तींची येथे प्राणप्रतिष्ठा केली.

अर्थात् प्रा. प्र. के. घाणेकर यांनी 'आडवाटे वरचा महाराष्ट्र नि सहली एक

दिवसाच्या' व 'परिसरांत पुण्याच्या' (स्नेहल प्रकाशन, पुणे ३०) या दोन पुस्तकात दिलेली माहिती वाचून जर आपण तिथे गेलो तर समजायला फार सोपे जाईल. तसेच श्री सुंदरमठ समितीने एक पुस्तिकाही काढलेली आहे. तसेच मंजिरीताई ताम्हनकर यांनी एक पुस्तिका प्रकाशित केलेली आहे.)

जरंड्याची घळ

पूर्वीच्या सातारा रोड स्थानकापासून सु. ३ किमी अंतर. असे म्हणतात की हनुमंताने द्रोणागिरी पर्वत आणताना त्याचा एक तुकडा इथे गळून पडला. तोच हा जरडा डोंगर होय, इथे खूप औषधी सापडतात.

इथे जरंडेश्वर हनुमंताची स्वयंभू मूर्ती आहे. श्री रामाचे मंदिर आहे. दारावर जय-विजयाच्या प्रचंड मूर्ती आहेत. मूख्य मारुतीची मूर्ती पुरुषभर उंचीची नि तिची पाठ राममूर्तीकडे आहे म्हणून राममूर्तीसमोर आणखी एक दासमारुती आहे.

रामंदिरामागे एक खोदीव खोबण आहे. सुमारे इ. स. १६४५ मध्ये पस्तिशीतले श्री रामदासस्वामी जरंड्याच्या या छळीत बसून साधना करीत असत.

जरंड्याच्या पायथ्याशी कृष्णा आणि वसना या नद्या वाहात आहेत, तर माहुलीला कृष्णा-वेण्णा संगम आहे.

सज्जनगडाची रामघळ

परळी गावातून सज्जनगडच्या पायऱ्या चढू लागले की गाय-मारुतीच्या स्थानापाशी या रामघळीकडे जाणारी वाट फुटते. थोडे काळजीपूर्वक उतरावे लागते. परळी गावाकडच्या बुरुजाखाली ही घळ आहे. रांगतच जावे लागते. ध्यानाला व्यवस्थित बसता येईल अशी ही विस्तृत जागा आहे.

मोर घळ

सज्जनगडच्या नैर्ऋत्येला मोरबाग गावाजवळ. परळी गाव - बनघर मार्गे कुस बुद्रुक. नदी ओलांडून कुस खुर्द तेथून पळसावडे गाव तेथून मोरबाग. तीन तोंडांची ही रामघळ २० मीटर लांब ६ मीटर रुंद नि ३ मीटर उंच आहे. मध्यभागी मोरोबाचे शिवलिंग आणि कोरीव शिल्पे, नदी, बुद्धसदृश मूर्ती, गणपती, सतीचे, वीरगळ, नागोबा आणि कितीतरी कोरीव दगड - समर्थ श्री रामदास स्वामींचे वास्तव्य अशा अनगड नि अवघड जागी असे.

(प्रा. प्र. के. घाणेकर ह्यांनी विशेष परिश्रम घेऊन ही सारी माहिती एकत्रित केली. त्यांना नि श्री. रवींद्र घाटपांडे ह्यांना पुन:पुन: धन्वाद !)

❑❑

४० मराठीमधील काही संदर्भ साहित्य

- जोगळेकर स. आ. – सह्याद्री, प्रसाद प्रकाशन, पुणे.
  १ ली आवृत्ती १९५२, २ री आवृत्ती १९९३.
  शाश्वत साहित्यमाला – शुभदा सारस्वत प्रकाशन.
- जोगळेकर स. आ. – घारापुरी – चित्रशाळा प्रकाशन, पुणे. १९४८
- दळवी दाऊद (डॉ.) – महाराष्ट्रातील लेणी
- दाते प. रा. – घारापुरी, चित्रशाळा प्रकाशन पुणे. १९७६.
- दाते प. रा. – कुडे मांदाड येथील गिरीगुहा, पेण, १९६७.
  प्रा. भूमकर – घारापुरी, ठाणे.
- देशपांडे म. न. – ठाणाळा बौद्धलेणी, पन्हाळेकाजी, विदर्भ संशोधन मंडळ, नागपूर, १९८१.
- पाळंदे आनंद – डोंगरयात्रा, गिरीप्रेमी ग्रंथप्रकाशन समिती, पुणे १९९४.
- महाराष्ट्र – मार्ग पब्लिकेशन्स
- महाराष्ट्राची निसर्गलेणी, हॉलीडे हायकर्स क्लब मुंबई, १९९२

❑❑

४१ लेण्यांची आद्यानुक्षरानुसार सूची

१) अगाशिव / आगाशिव, ता. कऱ्हाड, जि. सातारा
२) अजंठा / अजिंठा, ता. सिल्लोड, जि. संभाजीनगर
३) इंद्राई, ता. चांदवड, जि. नाशिक
४) अंकाईटंकाई. ता. येवला, जि. नाशिक
५) अंजनेरी, ता. नाशिक, जि. नाशिक
६) अंबेजोगाई / जोगाईचं माहेर / जोगीसभामंडप / हाथीखाना, ता. अंबेजोगाई, जि. बीड.
७) आंबिवली - ता. कर्जत, जि. रायगड
८) कराड - ता. कराड, जि. सातारा
९) करसांबळे / खडसांबळे / नेणवली, ता. पाली सुधागड, जि. रायगड
१०) करंज / करंजे, ता. पोलादपूर जि. रायगड
११) कान्हेरी, बोरिवली जि. मुंबई उपनगर जिल्हा.
१२) कार्ले / विहीरगाव / कार्ला, ता. मावळ, जि. पुणे.
१३) कांडल, ता. कराड, जि. सातारा.
१४) कुडेमांदाड, ता. रोहा, जि. रायगड.
१५) कुंडल
१६) कोळ, ता. महाड, जि. रायगड.
१७) कोंडाणे, ता. कर्जत, ता. रायगड
१८) कोदिवटे / महाकाली - अंधेरी, जि. मुंबई उपनगर जिल्हा.
१९) खरोसा / खरुसा - ता. औसा. जि. धाराशिव.
२०) खेड, ता. खेड, जि. रत्नागिरी.
२१) गढद, ता. खेड, जि. पुणे
२२) गडदचा बहिरी, ता. कर्जत, जि. रायगड.
२३) गोमाशी - ता. पाली - सुधागड, जि. रायगड
२४) घटोत्कच, ता. सिल्लोड, जि. संभाजीनगर
२५) घारापुरी / एलिफंटा, ता. उरण, जि. रायगड.
२६) घोरवडेश्वर / शेलारवाडी, पुणे, जि. पुणे.
२७) चतुःशृंगी, पुणे शहर, ता. हवेली, जि. पुणे.
२८) चांभार लेणे - ता. नाशिक, जि. नाशिक.

२९) चिपळूण - ता. चिपळूण, जि. रत्नागिरी.
३०) चौल / हिंगुळजा, ता. अलिबाग, जि. रायगड.
३१) जुन्नर, ता. जुन्नर, जि. पुणे.
३२) जोगेश्वरी / आंबोली - जि. मुंबई उपनगर जिल्हा.
३३) जीवदानी - विरार, जि. मुंबई उपनगर
३४) टाळा - ता. वरोरा, जि. चंद्रपूर.
३५) ठाणाळे / नाडसूर, ता. पाली सुधागड, जि. रायगड.
३६) ढोकेश्वर, ता. पारनेर, जि. नगर.
३७) तुळजा, जुन्नर, ता. जुन्नर, जि. पुणे.
३८) तोरणमाळ, ता. अक्राणी, जि. धुळे.
३९) त्रिंगलवाडी, ता. इगतपुरी, जि. नाशिक.
४०) दाभोळ, ता. दापोली, जि. रत्नागिरी.
४१) धाराशिव / उस्मानाबाद, ता. धाराशिव, जि. धाराशिव.
४२) नाणेघाट, ता. जुन्नर, जि. पुणे.
४३) निगडे / पद्मावती, जि. पुणे.
४४) निरगुडी, ता. हवेली, जि. पुणे.
४५) पन्हाळे / पन्हाळेकाजी, ता. दापोली, जि. रत्नागिरी.
४६) पर्वती, पुणे शहर, ता. हवेली, जि. पुणे.
४७) पळसांबे, ता. गगनबावडा, जि. कोल्हापूर.
४८) पाचगणी / बावधन, ता. वाई, जि. सातारा.
४९) पाटणा, ता. मावळ, जि. पुणे.
५०) पाटेश्वर, ता. सातारा, जि. सातारा.
५१) पाताळेश्वर / भांबुर्डे / पांचाळेश्वर, पुणे शहर, ता. हवेली, जि. पुणे.
५२) पानूर, ता. बाळापूर, जि. अकोला.
५३) पालपेश्वर, ता. वाई, जि. सातारा.
५४) पाले / गांधारपाले / पालेगांधार, ता. महाड, जि. रायगड.
५५) पांडवदरा, ता. पन्हाळा, जि. कोल्हापूर
५६) पांडवलेणी, ता. नाशिक, जि. नाशिक.
५७) पितळखोर, ता. चाळिसगाव, जि. जळगाव.
५८) पुणे, पुणे शहरातील लेणी, ता. हवेली, जि. पुणे.
५९) पुलूसोनाळे / पळू सोनावळे, ता. मुरबाड, जि. ठाणे.
६०) पेडजाई, ता. सिंदखेड, जि. धुळे
६१) पोईनसर

६२) पोखरबीळ, ता. पुरंदर, जि. पुणे.
६३) पोहोळे / पवाळे, ता. पन्हाळा, जि. कोल्हापूर
६४) बनोती, ता. सिल्लोड, जि. संभाजीनगर.
६५) बाणेर, पुणे शहर, ता. हवेली, जि. पुणे.
६६) बेडसे / बेडसा / भेडसे, ता. मावळ, जि. पुणे.
६७) बोरिवडे, ता. पन्हाळा, जि. कोल्हापूर.
६८) भंडारा, ता. मावळ, जि. पुणे.
६९) भाजे, ता. मावळ, जि. पुणे.
७०) भामचंद्र महादेव, ता. मावळ, जि. पुणे.
७१) भामेर, ता. साक्री, जि. धुळे
७२) भांदक, ता. भद्रावती, जि. चंद्रपूर.
७३) भोरगिरी / भवरगिरी, ता. खेड, जि. पुणे
७४) मगाठणे, कांदिवली, जि. मुंबई उपनगर जिल्हा.
७५) मलकेश्वर / माळकरी, ता. कराड, जि. सातारा.
७६) मंडपेश्वर, बोरिवली, जि. मुंबई उपनगर जिल्हा.
७७) मांगठाण, ता. वाडा, जि. ठाणे ?
७८) मांगी-तुंगी, ता. सटाणा, जि. नाशिक.
७९) मानमोडी / मानमुकुट, जुन्नर, ता. जुन्नर, जि. पुणे.
८०) माण, ता. मुळशी, जि. पुणे.
८१) माहूर, ता. किनवट, जि. नांदेड.
८२) म्हैसमाळ / गोरखमठ, ता. संभाजीनगर जि. संभाजीनगर
८३) मोहिदा, ता. शहादा, जि. धुळे
८४) येरफळ, ता. पाटण, जि. सातारा.
८५) येरवडेश्वर, पुणे शहर, ता. हवेली, जि. पुणे.
८६) राजापुरी / राजेवाडी, ता. वाई, जि. सातारा
८७) रामदरणे, ता. अलिबाग, जि. रायगड
८८) रुद्रेश्वर, ता. सोयगाव, जि. रायगड
८९) लेण्याद्री, ता. जुन्नर, जि. पुणे
९०) लोनाड / लोणाड, ता. भिवंडी, जि. ठाणे.
९१) वाशाळे, ता. मोखाडा, जि. ठाणे.
९२) वेरूळ / एलोरा, ता. खुलाबाद, जि. संभाजीनगर
९३) शिऊर, ता. हदगाव, जि. नांदेड
९४) शिरवळ, ता. खंडाळा, जि. सातारा.

९५) शिवनेरी, ता. जुन्नर, जि. पुणे
९६) शृंगारचौकी, ता. चाळीसगाव, जि. जळगाव
९७) संगमेश्वर, ता. देवरुख, जि. रत्नागिरी
९८) संभाजीनगर / औरंगाबाद, संभाजीनगर शहर, ता. संभाजीनगर, जि. संभाजीनगर.
९९) सीतागुंफा, नाशिक शहर, ता. नाशिक, जि. नाशिक.
१००) सीतेची न्हाणी व नागार्गुन - पाटणे पाटणादेवी, ता. चाळीसगाव, जि. जळगाव.
१०१) हरिश्चंद्रगड, पुणे-नगर, जिल्ह्याची सरहद्द.
१०२) हाळ खुर्द, ता. खालापूर, जि. रायगड.

❑❑